उद्ध्वस्त

'दिलीपराज प्रकाशन प्रा. लि.'च्या नवीन पुस्तकांची यादी व माहिती हवी असल्यास आपला पत्ता, दूरध्वनी क्रमांक किंवा Email आमच्या diliprajprakashan@yahoo.in या Email address वर पाठवावा किंवा आमच्याशी दूरध्वनी क्रमांक फॅक्ससहित : ०२०-२४४८३९९५/२४४९५३१४ / २४४७१७२३ यावर संपर्क साधावा.

आमच्या वेबसाईटला एकदा अवश्य भेट द्या.

Website: www.diliprajprakashan.com

उद्ध्वस्त

(कादंबरी)

सुभाष भेण्डे

दिलीपराज प्रकाशन प्रा. लि.
२५१ क, शनिवार पेठ, पुणे - ४११ ०३०.

उद्ध्वस्त / Uddhwasta

प्रकाशक
राजीव दत्तात्रय बर्वे,
मॅनेजिंग डायरेक्टर,
दिलीपराज प्रकाशन प्रा. लि.,
२५१ क, शनिवार पेठ,
पुणे - ४११ ०३०

प्रकाशन दिनांक : १५ जुलै २०११

प्रकाशन क्रमांक : १८८७

ISBN : 978-81-7294-884-9

टाईपसेटिंग
पितृछाया मुद्रणालय,
९०९, रविवार पेठ, पुणे - ४११ ००२

मुद्रितशोधन
मिलिंद बोरकर, पुणे

मुखपृष्ठ
ज्ञानेश सोनार

सन्मित्र
कै. केशवराव कोठावळे
यांच्या स्मृतीस

उद्ध्वस्त

संधिप्रकाश विरघळला आणि रात्र हळूहळू चढू लागली. कापसाचं बोंड फुटावं त्याप्रमाणं निळ्याभोर आकाशात चांदण्या इतस्तत: विखुरल्या. लईराई देवळाभोवतीची माणसांची गर्दी क्षणाक्षणाला वाढू लागली. भरती आलेल्या समुद्राप्रमाणं उचंबळू लागली. लहान-थोरांच्या ओरडण्याचा संमिश्र आवाज वातावरणात भरून राहिला.

जत्रेत एकटाच फिरून पंढरी कंटाळून गेला होता. खरं म्हणता, आज दिवसभर त्याचं डोकं ठिकाणावर नव्हतं. शाळेत नीट लक्ष नव्हतं. संध्याकाळची शिकवणी चुकवून शिरगावकडे धाव घ्यावी, असा त्यानं बेत केला होता. पण खासगी बसमध्ये ड्रायव्हरचं काम करणारा मामा ऐनवेळी टपकला आणि मनातल्या मनात चडफडत पंढरीला शिकवणीला जावं लागलं. शिकवणीहून आल्यावर पुस्तकं टेबलावर फेकून तो लगबगीनं बाहेर निघाला. तेव्हा नवऱ्याचा उसवलेला कोट शिवत दारापाशी बसलेल्या मामीनं 'च्याचं पानी तरी घेऊन जा कपभर', असा त्याला आग्रह केला होता. पण तेवढीसुद्धा फुरसत नव्हती. कधी एकदा शिरगावची बस पकडतो आणि जत्रेला पोचतो, असं त्याला होऊन गेलं होतं.

तो शिरगावला पोचला, तेव्हा शुभ्र कपडे घातलेले देवीचे भक्त हातातल्या वेताच्या काठ्या नाचवीत लईराई देवळाकडे निघाले होते. त्यांच्या गळ्यातल्या मोगरीच्या माळांचा मंद सुगंध चोहोकडे दरवळत होता. वाऱ्याच्या झुळकीबरोबर हेलकावे घेत होता. जत्रेतील गजबज एकसारखी वाढत होती. खाज्याची, चणे-

फुटाण्यांची, कचकड्याच्या बाहुल्या विकणाऱ्यांची पालं पडली होती. डिचोलीत बनवलेल्या लहान-मोठ्या आकाराच्या पितळी चकचकीत समया पेट्रोमॅक्सच्या उजेडात लखलखत होत्या. पिपाण्यांच्या आवाजानं कान किटत होते. पण पंढरीचं कुठंच लक्ष नव्हतं. पायाला भिंगरी लावल्याप्रमाणं त्यानं देवळाभोवती चकरा मारल्या. चोहोबाजूंनी पसरलेल्या जत्रेभोवती त्यानं एक प्रदक्षिणा घातली, तेव्हा त्याचे पाय भरून आले. नव्या चपला खुपल्यामुळे पावलांची सालडी निघाली. पण बकुळा, बकुळेचा बाप भिकू कुठं दिसले नाहीत. त्यांच्याबद्दल चौकशी करावी, तर गावची मंडळी कुठं दिसली नाहीत. पुतू नाईकाचा मुलगा 'धोंड' झालेला. हातानं वेताची काठी उडवीत तो देवीच्या भक्तगणांत सामील झाला होता. पंढरीनं शुभ्र वस्त्रांच्या गर्दीतून त्याला नेमका शोधून काढला. पण व्रतस्थ धोंडाला बकुळाबद्दल विचारणं पंढरीला योग्य वाटलं नाही. 'भिकू, बकुळा कुठं दिसली का?' हा प्रश्न त्यानं जिभेच्या शेंड्यावरून मागं ढकलला आणि पाय ओढीत तो बस-स्टँडपाशी आला. लिंबू-सरबतातले बर्फाचे तुकडे चोखत तो त्या प्रत्येक बसमधले उतारू न्याहाळू लागला.

पत्र्याच्या 'कारैर'मधून भिकू उतरलेला त्यानं पाहिला. त्याच्या पाठीवर मोगाबाय आणि बकुळा. बकुळानं फुलाफुलाचं नवं परकर-पोलकं घातलं होतं. गच्च अंबाड्यावर तिनं अबोलीचा वळेसर माळला होता. वळेसरातील कलाबूत झगमग-झगमग करत होती आणि त्यामुळे तिचा चेहरा कॅलेंडरवरल्या सीतेप्रमाणं कसा उजळून निघाला होता. चांदीचे खवले असलेल्या नाजूक मुडदुशीसारखी दिसत होती ती!

कारैरमधून उतरताना तिची नजर चोहोकडे भिरभिरत होती. कशाचा तरी शोध घेत होती. पंढरीला बघून तिची नजर स्थिरावली. तो आपल्याकडे टक लावून पाहतोय याची जाणीव झाली तशी ती आतल्या आत आक्रसून गेली. नजर खाली झुकवून ती हळूच म्हणाली, "आये, पंढरी—"

मोगाबायनं विचारलं, "तू कधी आलास रे पंढरी?"

"मी ना? तुमच्यापुढं पाच मिनिटं हा आत्ताच तर येतोय." मग कारैरमधून उतरणारी गर्दी न्याहाळीत त्यानं भिकूला विचारलं, "बाबा आला नाही भिकूमामा?"

"तुझा बाप ना? संध्याकाळचा त्याचा नेम कसा चुकेल? दादू भंडाऱ्याच्या ताव्हेर्नात मुक्काम असेल त्याचा या वेळी!"

"म्हणून काय झालं? सगळं लवकर आटपून यायचं जत्रेला!" पंढरी नाराजीनं म्हणाला.

"अरे, भेटला असेल कुणी ताव्हेर्नावर! मारतील पैजा, कोण जास्त कप

रिचवतो पोटात, यावर! आता तर काय—हुर्डकचा शीझन! हुर्डकचं नुसतं नाव काढलं की विठू झोपेतनं जागा होतो!''

''उशीर झाला तरी बाबा आईला घेऊन आल्याशिवाय राहायचा नाही.'' असं म्हणून पंढरीनं तो विषय संपवला. फार वेळ त्याला त्या विषयावर बोलायचं नव्हतं— विशेषत: बकुळा बऱ्याच दिवसांनी दिसली असताना!

चालता-चालता त्यानं हळूच बकुळाला डोळ्यांची खूण केली. बकुळानं डोळे मोठे केले. खांदे उडवून 'उगीच उतावीळपणा करू नकोस', अशी मूक तंबी दिली.

स्टँडकडून देवळाकडे पावलं टाकता-टाकता पंढरी मध्येच थांबला. अजीजीनं म्हणाला,

''भिकूमामा, मी आणि बकुळा दुकानं बघत फिरू?''

''हां! पण फार नाचू नका. रात्रभर जागायचं आहे. पहाटे होमखण पेटणार, तो पाहून मग निघायचं. काय?''

भिकूनं भिवया उडवीत बाजूला पाहिलं. पोरं केव्हाच पसार झाली होती.

पिठूर चांदण्यात पंढरीला बकुळा स्वप्नातल्या एखाद्या परीसारखी दिसत होती. आंब्याच्या झाडाखाली बकुळा गुडघ्याची मिठी घालून बसली हाती. पंढरी पाय सोडून पहुडला होता. उजव्या हाताच्या तळव्यावर मस्तक टेकवून बकुळाच्या केसांतल्या वळेसराकडे, तिच्या फुललेल्या चेहऱ्याकडे, अर्धवट उमललेल्या तारुण्याकडे तो अनिमिष नजरेनं पाहत होता.

''काय बघतोस एकसारखा माझ्याकडं? कधी पाहिली नव्हतीस मला?'' बकुळा त्याच्याकडे तिरप्या नजरेनं पाहत विचारू लागली.

''बकुळा, तू आज फार सुंदर दिसतेस.''

''दिसू दे.''

''माझीच दृष्ट लागेल तुला, असं भय वाटतंय.''

''पुरे! सुट्टीत दत्तवाडीला का नाही आलास?''

''अगं, अभ्यास मागं राहिला होता माझा! मामानं स्पेशल मास्तर ठेवलाय शिकवणीला. मामा-मामी मला डिवचलीहून सोडायला तयार नाहीत. दत्तवाडीला जाऊन दिवस फुकट घालवू नकोस म्हणतो मामा!''

''खूप-खूप शिकणार तू?''

''बघू! बाबानं किती उशिरा पाठवलं मला मामाकडं! अगं, आमच्या इस्कोलात मी सगळ्यात मोठा! मुलं चिडवायची-हसायची, केवढा घोडा झालाय म्हणायची!''

"तू शिकणार; मी मात्र अडाणी!"

"अगं, बायकांच्या जातीला शिक्षण हवंय कशाला? शीतकढी करायची, पोरं वाढवायची— त्यासाठी शाळेत जायची गरज नाही! आणि तुला एक सांगू? एवढं नीट करणं शिक्षणापेक्षा अवघड!"

दुरून जत्रेची गजबज जाणवत होती. अधूनमधून वाद्यांचे आवाज ऐकू येत होते. समेळ-काशाळाचा संमिश्र नाद उदबत्तीच्या सुवासासारखा वातावरणात दरवळत होता.

"इतक्या दूर कशाला घेऊन आलास मला?"

"का? भीती वाटते माझी?"

"आई म्हणते, वाढलेल्या मुलीनं मुलाबरोबर एकटीनं जाऊ नये!"

"अगं, परक्या मुलाबरोबर! मी काय परका आहे? परवापर्यंत आपण गुरं राखायला जात होतो, झाडावर चढत होतो, ओल्या काजूबिया कापून खायचो— त्याचे डाग अजून हातावर आहेत! पोरं-पोरी नवरा-बायको खेळायची, तेव्हा मी तुझा नवरा अन् तू माझी बायको— आठवंतय ना?"

"त्या वेळी ते शोभून दिसलं... लहान होतो ना त्या वेळी!"

"बकुळा, तू वाढली असशील; मी होतो तेवढाच आहे!"

"मुलीच्या जातीचं असंच असतं. मुलगी लवकर जाणती होते."

पंढरी गालातल्या गालात हसत म्हणाला,

"ओहो! काय पण! तू जाणती झालीस म्हणजे काय झालंय?"

तिच्या चेहऱ्यावरली त्याची नजर खाली झेपावली. कबुतराच्या पोटाप्रमाणं दिसणाऱ्या तिच्या गुबगुबीत वर्तुळाकार वक्षस्थळांकडे तो रोखून पाहू लागला.

बकुळा लाजली. तिनं दोन्ही हातांचं आवरण छातीभोवती नकळत वेढलं. परकर थोडा वर सरकला होता. निमुळत्या पोटऱ्या उघड्या पडल्या होत्या. तिनं परकराचं टोक चिमटीत धरून खाली ओढलं. पायाच्या अंगठ्याखाली दाबून धरलं.

पंढरी उठून बसला. खाली झुकून त्यानं तिचे दोन्ही हात हातात घेतले. काल्यासारखे गार झाले होते तिचे हात. त्यावरून हळुवारपणे बोटं फिरवीत तो म्हणाला, "बकुळे, आणखी एक-दोन वर्षांनी काय गंमत होणार आहे; ठाऊक आहे?"

"काय ती?"

"माझा बाबा भिकूमामाकडे जाणार, तुझ्या घराच्या अंगणात बसणार. भिकूमामाला म्हणणार— तुज्या घरात एक फूल फुल्ला! ताचो परमळ मज्या घरां आयला! वास घेत हांगा आयलो, त्या फुलाक मागणी घालच्याक—"

"चल्! फार लाडात येऊ नकोस!" बकुळा उद्गारली. त्याच्या हातातले

आपले हात सोडवून घेत ती उभी राहिली.

पानांच्या फटींतून चांदणं झिरपत होतं. पलीकडे माडांच्या सावल्या चवऱ्या ढाळत होत्या. चांदण्यानं आसमंतावर चेटूक केलं होतं. मध्यरात्रीच्या गारव्यामुळे अंगावर शिरशिरी येत होती. भगवी रतन-अबोली केसांत माळलेली बकुळा पंचधातूच्या मुशीतून ओतल्यासारखी कातीव वाटत होती.

"ए, चल ना लवकर!" बकुळानं पंढरीच्या हाताला धरून उठवलं. पंढरी धडपडत उठला आणि पुढं झेपावून त्यानं बकुळेला कवेत घेतलं. तिला गच्च मिठी मारली. इतक्या जोरानं, की तिच्या छातीवरले कळे त्याच्या छातीवर दबल्यासारखे झाले.

बकुळानं डोळे मिटले. अनोख्या सुखाच्या वेदना तिच्या अंगोपांगांत उसळल्या. तिनं तोंड वर केलं. पंढरी खाली वाकून तिचे मुके घेऊ लागला. तिच्या गालांचे, मिटलेल्या पापण्यांचे, नाकाच्या शेंड्याचे आणि शेवटी थरथरत्या ओठांचे! तिला मिठीतून सोडवताना तो तिच्या कानात पुटपुटला, "घट्ट चोळी घाल, आत पोलक्या-खाली!"

"तुला का पंचाईत?"

"तुझ्या छातीवरले चेंडू वरखाली-वरखाली होतात ना! त्यांना एका जागी घट्ट बांधल्याशिवाय..."

"चूप! तुला का पंचाईत?"

"पुन्हा तेच! अगं, माझीच पंचाईत होईल ना!—आणखी कुणाची?"

होमखण धगधगत होता. लाकडाचे ओंडके चांगलेच पेटले होते. लांबलचक चरात अंगार रसरसत होते. वाद्यांचा भीषण कल्लोळ वातावरण भरून टाकीत होता. स्नान करून शूचिर्भूत झालेले 'धोंड' अस्वलासारखे जागच्या जागी झुलत होते. अंगात वारं आल्याप्रमाणे ते उभ्या-उभ्या घुमत होते. हातातली वेताची छडी वर-खाली नाचवीत होते.

देवीचा भक्त लईराईदेवीचा कलश डोक्यावरून मिरवू लागला. मिरवता-मिरवता अग्निकुंडात शिरला. अनवाणी पायांनी तो फुललेल्या लालबुंद निखाऱ्यांवरून धावत गेला—फुलांच्या पायघड्यावरून धावत जावं, इतक्या सहजपणे!

मग निखाऱ्यांवरून धावणाऱ्या धोंडांची एकच झुंबड उडाली. गुलाल उधळावा तसा देवीचा जयजयकार भगतगण आकाशाच्या घुमटात उधळू लागले. गेले अनेक दिवस उपवास करणाऱ्या धोंडांच्या कोमेजलेल्या शरीरांवर टवटवी आली. त्यांच्या डोळ्यांत फुललेले स्फुल्लिंग निखाऱ्यांशी स्पर्धा करू लागले.

कुठंतरी जवळपास फटाक्यांची माळ पेटली. त्या आवाजानं आसमंत दुमदुमला.

कानावर हात ठेवून सारा प्रकार भयचकित नजरेनं पाहणाऱ्या बकुळेला पंढरी म्हणाला,

"ते झाड पाहिलंस— वडाचं?"

"हो!"

"त्या वडाच्या फांद्या किती तरी वेळ आगीत होरपळत होत्या; हो की नाही?"

"हो ना! तरी पण वडाचं एकही पान जळालं नाही."

"जळायची गोष्टच सोड— उद्या सकाळी पाहा... सगळी पानं हिरवीगार! एकही पान बावत नाही."

"ते कसं?"

"देवीची पाखर आहे त्या झाडावर!"

बकुळानं वर पाहून हात जोडले.

पंढरी हसत होता. बकुळानं डोळे मोठे करून विचारलं, "का हसतोस?"

"मघाशी आंब्याखाली तू पेटली नव्हतीस का अंगभर, त्या वडासारखी? पण बावलीस का थोडी तरी?"

"छट! फालतू बोलू नकोस!"

"उलट पूर्वीपेक्षा हिरवीगार... रसरशीत!"

भिकू डोळे चोळीत पंढरीच्या पाठीवर थाप मारून ओरडला, "चला पंढरीशेट, डिवचलीला जायचं आहे ना परत? का इथंच गुलूगुलू गप्पा मारीत बसणार? आँ?"

हवेतला उष्मा वाढू लागला. धरणी तापून निघू लागली. दत्तवाडीतले लहान-मोठे रस्ते अजगरासारखे सुस्त पडून राहू लागले. नारळाचं पाडप करणारे, आमुरपिके आंबे झाडावरून उतरवणारे मानाय उन्हाच्या काहिलीत शिजून निघायचे. कधी एकदा काम संपतं आणि तळीवर तास न् तास डुंबायला मिळतं, असं त्यांना होऊन जायचं. उजव्या हातात धारदार पात्याची सुरी न् डाव्या हातात लांबट भांडं घेऊन खारीसारखा माडावर तुरूतुरू चढणारा रेंदेर माडाच्या पोयेतली सूर काढून खाली उतरायचा, तेव्हा घामानं थबथबलेला असायचा. पुरुष कमरेला नुसता पंचा किंवा कासटी लावून अंगणात बसायचे. उघड्या अंगावरून ओघळणाऱ्या घामाच्या धारा ओल्या पंच्यानं पुसून काढायचे. अंगातल्या चोळ्या काढून, नुसतं आडवं लावून बायका स्वैपाकघरात खुडबुडत असायच्या. वेळ मिळेल तेव्हा मागीलदारी फतकल मारून वारा घ्यायच्या. "यंदाच्याइतका उकाडा कधी पाहिला नाही." असं मागल्या वर्षीप्रमाणे याही वर्षी म्हणायच्या.

रात्र झाली की हवेत थोडाफार गारवा यायचा. दिवसभर उन्हात होरपळणारी झाडांची पानं चांदण्यांत मंदपणे डुलायची. पेजेचा निवोळ घोटून नाही, तर शीतकढीचं जेवण ओरपून घरातले स्त्री-पुरुष अंगणात येऊन बसायचे. मध्यरात्रीपर्यंत गप्पा चालायच्या. भूत-देवचारांच्या न् अवसरांच्या त्या गप्पा ऐकून पोरंढोरं घाबरू लागली, आईच्या पदरात रिघू लागली की कुणी तरी सुज्ञपणे विषय बदलायचा. मग गावोगाव चालणाऱ्या जत्रेतल्या मौजा-नाटकात मुद्दाम केलेल्या, नकळत झालेल्या गमती, शिवराम देसायाचं औदार्य, म्हाबळूभटाचा चांगुलपणा, नरसू रायकराचा कंजूषपणा... यावर गप्पा व्हायच्या.

माथ्यावर येणारा चंद्र आंब्याच्या कापलेल्या फोडीसारखा दिसू लागला, तेव्हा वारा खात बसलेल्या मंडळींना साक्षात्कार झाला— "अरेच्चा! पुनव जवळ आली की!"

"मग?"

"आता कामाला लागायची वेळ झाली!"

"म्हणजे?"

"म्हणजे काय? म्हणजे गेला पणजे! कामाक्षीदेवीचा उत्सव आठ दिवसांवर आला."

"आवय् मजे! शिवराम देसायालो चेडो अजून ओगी कसो? कान्तुबाबला आठवण करा कुणी तरी!"

उत्सवाचं नाव निघाल्यावर पेंगुळलेली मंडळी सावरून बसली. भाटकार शिवराम देसाय उत्सवासाठी महिनाभर कसा खपायचा याच्या गजाली करू लागली.

पण कान्तु देसायाला उत्सवाची आठवण करायची गरजच नव्हती. तो कधीचा कामाला लागला होता.

वैशाख पुनवेचा कामाक्षीदेवीचा उत्सव म्हणजे दत्तवाडीतल्या सगळ्या गावकऱ्यांचा उत्सव. दत्तवाडीच काय, मागले-पुढले सहाएक वाडे उत्सवात भाग घ्यायचे.

दत्तवाडीत प्रामुख्यानं वस्ती हिंदूंची. किरिस्तांवची इनमीन तीन घरं प्रचंड आकाराची, भव्य दारं-खिडक्यांची ती तिन्ही घरं किती तरी वर्षं ओसाड पडली होती. दोन घरांतली माणसं पोटासाठी मुंबईला स्थायिक झालेली. कधी नाताळात, उन्हाळ्यात यायची. महिनाभर राहून जायची. तिसऱ्या घराचा कुटुंबप्रमुख आफ्रिकेच्या बोटीवर कामाला होता. दोन वर्षांनी एकदा यायचा. तीन महिने राहून जायचा. त्याची मुलंबाळं नसलेली पन्नाशीतली बायको रोझी त्या मोठ्या घरात भुतासारखी एकटी राहायची.

गावाचं नाव ज्याच्यावरून पडलं, त्या दत्तमहाराजाचं देऊळ गावाच्या मध्यभागी होतं. आकारानं छोटं, पण गाभाऱ्यातली मूर्ती मोठी देखणी. तिथं दत्त जयंतीचा उत्सव असायचा; पण देवीचा वार्षिकोत्सव मोठ्या धूमधडाक्यानं साजरा व्हायचा. देवी टेकडीवर होती. पन्नासएक पायऱ्या चढल्याशिवाय दर्शन मिळायचं नाही. मूर्तीचे डोळे अतीव शांत, सोज्वळ. चढण चढून 'हाश्ऽहुश्' करीत आलेल्याची देवीशी नुसती दृष्टभेट झाली की श्रमपरिहार व्हायचा. निवांत वाटायचं.

उत्सव सगळ्यांचा खरा, पण परंपरेने पुढाकार देसायांचा. देसायांचं घराणं तसं रसिक, विलासी वृत्तीचं. मागल्या पिढीतले देसाई एकजात देखणे, रुबाबदार आणि रंगेल होते. लग्नाची बायको घर सांभाळण्यासाठी, वंश पुढं चालवण्यासाठी; पण बाहेर एखादं अंगवस्त्र हवंच. कलावंतिणीशी संबंध ठेवायचा तो राजरोस; लपूनछपून नव्हे! देसायांचा वाडा म्हणजे राजवाडा. दासदासी, आचारी-पाणक्ये यांनी भरलेला. वाड्याच्या माडीवर महिन्यातून एक-दोनदा नाचगाणं व्हायचं. कार्यक्रमाला पंचक्रोशीतली रसिक मंडळी हजेरी लावायची.

देवीचा उत्सव जवळ आला की देसायांचा वाडा गजबजून जायचा. शिवरामबाब ह्यात होते, तेव्हा त्यांचं शुभ्र धोतर दोन आठवडे तरी पावलांपर्यंत पोचायचं नाही. सोगा कमरेला खोवून पहाटेपासून मध्यरात्रीपर्यंत त्यांची धावपळ. देसायांच्या चौसोपी वाड्यात लोकांची वर्दळ सतत असायची. कोहळ्याच्या वड्या, पापड.... पंचखाद्यासाठी मुगाची डाळ भाजायची.

उत्सवाच्या रात्री आरत्या झाल्यावर पंचखाद्याबरोबर पाच फळांचा द्रोण द्यायची रीत. फळं किती तरी हवीत. पण फळांची कमतरता नसायची. आंब्या-फणसांचा, पपनस-चिक्कूचा ढीग पडायचा. केळ्यांचे घड शे-पाचशे. चारही वाड्यांवरले लोक हातभार लावायचे. आंब्यांच्या फोडी करायला, गरे काढायला, पपनसाच्या शिरा सोलायला, चिक्कू-केळी कापायला पंचक्रोशीतल्या सगळ्या स्त्रिया जमायच्या. पालखीनंतर रात्री साखरभाताचं जेवण. घरटी पाच पानं धरली तरी दीड-दोन हजार पानं पडायची. सगुणाबाई होत्या तेव्हा स्त्रियांच्या कामात त्यांचा पुढाकार असायचा. त्या गेल्या, पण कामं सुरळीत चालू राहिली. कुठं गडबड नाही, गोंधळ नाही...

एवढ्यानं काय होतंय? चारही सोप्यांवर बायकांचा कालवा, तर वरच्या दिवाणखान्यात नाटकवाल्यांचा धुडगूस! नाटकातला हीरो शिवरामबाबचा एकुलता एक मुलगा कान्तुबाब. शिवरामबाब अंगानं किरकोळ. उघडा असला म्हणजे हाडं मोजून घ्यावीत. तुळतुळीत माथ्यावर तबल्याच्या मुखाएवढा संजाब. बाहेर पडताना मस्तकावर शुभ्र रुमाल, खाली तलम धोतर. कान्तुबाबचं सगळंच उलटं. अंगानं गब्दुल. केसांची झुलपं मानेवर विखुरलेली. ओठावर मिशीची बारीक रेघ. किर्लोस्करांच्या

सौभद्रातला श्रीकृष्णच. बारदेश भागात कुठलंही नाटक असो; कान्तु हीरो! सुधाकर, श्रीकृष्ण, धैर्यधर, आश्विनशेट—सगळ्यांचे संवाद तोंडपाठ. ओठांवर सदैव नाट्यगीतं! विहिरीवर कळशा डोक्यावर ओतून घेताना 'या नवल नयनोत्सवा—' खड्या आवाजात सुरू असायचं. वाड्यात इकडून तिकडे जाताना 'पायी खडावा चटचट करती' इतकं घोळून-घोळून म्हणायचे की, खडावांचा चट्चट् आवाज भुईवर येऊ लागायचा. वैशाख पुनवेचा उत्सव, रथसप्तमी, रामनवमी— काही ना काही निमित्तानं नाटकं सुरू असायची आणि पावसाळा सरला की पुन्हा पाऊस पडायला सुरुवात होईपर्यंत कान्तूचे डोळे जागरणानं सदैव तारवटलेले असायचे. पावसाळ्यात नाटकं बंद. पण बाहेरच्या दगडी बल्कावावर चकाट्या पिटायला चार टाळकी गोळा झाली की कुणीतरी किल्ली द्यायचा— "बस्स! दुर्दैवाचे दशावतार पाहायची या सुधाकरात आता ताकद नाही—" एवढं कुणी गेंगाण्या आवाजात म्हटलं की पुरे! कान्तु खर्जात ओरडायचा, "अरे, कोण आहेस? सुधाकर की भगीरथ? नानासाहेब फाटकांचा सुधाकर स्वगत कसं बोलायचा— बस्स! दुर्दैवाचे दशावतार पाहण्याची या सुधाकरात ताकद नाही—" आणि सगळी स्वगतं झाल्याशिवाय ऐकणाऱ्यांची सुटका नाही!

शिवरामबाब गेल्यावर कान्तूचं फिरणं कमी झालं. घरची जबाबदारी अंगावर पडली. उत्सवाची तयारी सुरू झाली की, वरचा दिवाणखाना सोडून अधूनमधून खाली डोकावणं आवश्यक झालं. पंचखाद्य, फळांचा द्रोण, गावजेवण— तयारी कुठपर्यंत झाली, हे पाहायला नको? सारं काही व्यवस्थित होईल खरं, पण भाटकारांची देखरेख हवीच की! ऐन वेळी काही कमी पडलं, तर लोक दोष देणार देसायाला!

कान्तुबाबला याची जाणीव होती. वर तालमी सुरू असताना रुक्मिणीला महालात सोडून, 'प्रिये पहाऽऽऽ' अशी ललकारी देत तो खाली यायचा. 'पक्षी मधुर शब्द करीत—येशू, पापडाचा आकार चौकोनी होतोय—काकणासारखा गोल हवा—काकण पाहिलंस की नाही कधी? 'गुंजारव गुंजारव', विठू, द्रोणाला किसर नीट लाव. पंचखाद्याबरोबर किसर घशात गेलं म्हणजे फट् म्हणता ब्रह्महत्या! 'मधुप करीत मधुप करती'- 'सुखदुखा विसरुनिया...' कोण, म्हाबळूभटाची सूनबाई का? हंडा पाठवायला सांग तुझ्या नवऱ्याला—एवढा भात शिजवायला—आणि भात वाळायला चार पंचेही पाठवून दे म्हणावं. विसरू नकोस. 'विसरूनिया—सुखदुःखा विसरूनिया—गेले ते विश्वलया!'..." आणि स्वारी त्या धुंदीत जिने चढून पुन्हा रुक्मिणीच्या महालात!

चतुर्दशीला रात्री सौभद्र उभं राहिलं. दिवेलागणी झाल्यापासून पोरंटोरं

झापाच्या मंडपात गोळा होऊ लागली. आरडाओरडा, कोलांटउड्या, आपापसांत मारामाऱ्या... यात दोन-अडीच तास कसे गेले, ते कळलंच नाही! तरी पडदा वर जाईना, तेव्हा पोरं कावली. हळूहळू पेंगू लागली. काही पोरांनी बसल्या जागी जमिनीवर अंग लोटून दिलं. आजूबाजूच्या कोलाहलाची पर्वा न करता, कंटाळलेली पुरुषमंडळी छातीला हनुवटी टेकवून घोरू लागली. ताटकळणाऱ्या वृद्ध बाया अंगाची मुटकुळी करून जमिनीवर पसरल्या. मध्यरात्र उलटल्यावर पडदा वर गेला आणि नांदीचे स्वर वातावरणात घुमू लागले. तशी झोपलेली मंडळी उठून बसली. पेंगणारी खडबडून जागी झाली. मरगळलेल्या मंडपाला चैतन्य आलं.

नटी-सूत्रधाराच्या प्रवेशात सूत्रधारानं अधूनमधून कोकणी शब्द वापरून हशा पिकवला. नारदमुनीचं 'राधाधर मधुमिलिंद' भजन चांगलं अर्धा तास रंगलं. त्रिदंडी संन्यास घेणाऱ्या अर्जुनाला द्वारकापुरी जाणारा नारद, सुभद्रेला बलराम कुणाला देतोय, हे बराच वेळ सांगायला तयार नव्हता. 'देतो निज भगिनी राम', एवढंच नारद सांगत होता आणि "अरे, पण कुणाला?" या अर्जुनाच्या प्रश्नाला सरळ उत्तर द्यायचं टाळत होता. शेवटी अर्जुनाची उत्सुकता शिगेला पोचल्यावर नारदानं बलराम आपली सुभद्रा कौरवेश्वराला देतोय, हे सांगितलं आणि अर्जुनाबरोबर उभा मंडप संतापानं पेटून उठला. कान्तु देसायानं एंट्रीला कडाडून टाळी घेतली. रुक्मिणीच्या महालातला प्रवेश त्यानं दीड तास रंगवला. मत्सरी रुक्मिणीची समजूत घालणाऱ्या श्रीकृष्णाचं रूप दत्तवाडीत अवतरल्यासारखं प्रेक्षकांना वाटू लागलं. 'कुचभल्ली वक्षाला । टोचून सुख दे मजला ।। धरूनिया केशाला । दंतव्रण करी गाला ।।' म्हणताना कान्तूनं असा काही अभिनय केला की, प्रेक्षकांतल्या जाणत्या स्त्री-पुरुषांच्या अंगावर रोमांच उभे राहिले!

म्हाड्डोळच्या सुरंगा भाविणीचं चेडू कस्तुरी रुक्मिणीच्या वेशात शोभिवंत दिसत होतं. नऊवारी लफ्फेबाज शालू तिच्या तट्ट अवयवांवर घट्ट चिकटून बसला होता. अंगावरल्या लखलखीत दागिन्यांमुळे तिचं कोवळं तारुण्य पेट्रोमॅक्सच्या उजेडात झगमगत होतं. पोर इतकी नाजूक होती की, 'प्रिये पहा—रात्रीचा समय सरुनी-' म्हणत कान्तुबाब तिच्या हाताला झटका द्यायचा तेव्हा पोर कळवळायची, तरी चेहऱ्यावर उत्साह दाखवीत ती उषःकाल पाहायची! कान्तुबाबनं 'वन्स मोअर' घेतला नाही म्हणून— नाहीतर पोरीचा हात खांद्यापासून उखडून खाली आला असता!

भैरवी होऊन पडदा पडला तेव्हा चांगलं उजाडलं होतं आणि निम्मेअधिक प्रेक्षक आडवेतिडवे पडून डाराडूर झोपले होते! मग स्वतः श्रीकृष्णानं स्टेजवरून खाली येऊन त्यांना हलवून उठवलं आणि कामाला लावलं. झोपून कसं चालेल?

आज रात्री तर मुख्य उत्सव. आरत्या, पालखी, गावजेवण, पावणी... श्वास घ्यायला फुरसत मिळणार नाही; झोपेचं सोडाच! एकदा उत्सवाचं सूप वाजलं की निजा आठवडाभर बिनघोर! नको कोण म्हणतंय?

आरत्या दणाणल्या. पालखीची तयारी झाली. मग समस्त गावकरी दाटीवाटीनं देवीपुढं गोळा झाले. साऱ्या गावकऱ्यांच्या वतीनं देवीला भगत गाऱ्हाणं घालू लागला—"श्री कामाक्षीदेवी, ह्या तुझ्या लेकरांच्या ज्यो काय मनोकामना आसाल त्यो पूर्ण करून ह्यांच्या कुटुंबातल्या लहानव्हडाच्या, नेणत्या-जाणत्याच्या आरोग्याकडे लक्ष दिवन त्याजेर करणी, कुभांड, लचांड, बगलाट, नड, झड, अरिष्ट आसासारखे जात्यार ताजो परिहार करून, आधी-व्याधी-उपाधी नष्ट करून, व्यवसाय-धंद्यात लक्ष दिवन, ताँका उत्कर्ष, भरभराट करून, ताँका नावारूपाक हाडून तांजे कडसून तुझी सेवा करून घे आणि सगळ्यांचे बरे कर!"

गावकरी तृप्त झाले. सगळे सोपस्कार यथासांग पार पडल्यामुळे सुखावले.

रात्री उशिरा देसायांच्या वाड्यात चारही सोप्यांवर पंगती पडल्या. मस्तकाला झटका देऊन केसांची झुलपं मागं फेकीत कान्तुबाब साखरभाताचं ताट हातात घेऊन गावकऱ्यांना जातीनं आग्रह करीत होता.

"घे रे नरसू, साखरभात घे— असा साखरभात मिळायचा नाही अख्ख्या गोव्यात! शितं कमी, काजूगर जास्त— असा प्रकार आहे! गोड झाला नाही म्हणून तक्रार करू नकोस. नरसू, साखर तुज्या पसऱ्यावरची आहे! शाणू, मिलिट्रीत होतास ना तू? डरतोस काय शत्रूच्या गोटात सापडल्यासारखा?"

"शाणू, तू— ब्रह्मचारी हनुमंत! चार दिवसाचं जेवून घे. घरात आहे कोण सुग्रास जेवण बनवणारं न् आग्रहानं वाढणारं?" पंगतीत कुणीतरी म्हटलं.

"काय गं द्रुपदा, हसतेस काय अशी फिदीफिदी?" कान्तु देसायानं भिवया उडवीत विचारलं.

"ही येशू विचारत्येय— भाटकाराला विचार— लग्न कधी करणार?"

"लग्न? अगं, मी लग्न केलं तर रुक्मिणी, भामिनी, सिंधू, रेवती रागावतील ना? त्यांना नाही खपायचं! रुक्मिणीचा मत्सरी स्वभाव तर तुला ठाऊकच आहे! ऐकलं नाहीस का काल रात्री— नवरा सत्यभामेच्या महालात गेला म्हणून कशी जळफळत होती! कृष्ण तिची विनवणी करत होता— 'नच सुंदरी करू कोपा'— तू अननसाचं तोणाक घे आणखी!—लग्न ही माया— सत्य तेवढं ही अननसाची भाजी! काय रामनाथ, खरं की नाही?"

"रामनाथबाब लग्न माया कशासाठी म्हणेल?" शाणू म्हणाला, "लग्न

होऊन चार महिने नाही झाले!''

''आता त्याला कळलं असेल—लग्न मिथ्या असतं म्हणून! आणि रामनाथ, नवा कोरा नवरा आहेस म्हणून जेवण आटोपल्यावर घरी पळायची घाई नको! मागाहून पावणी आहे. पैसे आणलेस ना भरपूर? देवीच्या नारळावर तुझा हक्क! म्हाबळूभटानं नाही का सांगितलं तुला? विठू, साळूला कसं आहे आज? तिच्यासाठी जेवण ने पत्रावळीतून; देवीचा प्रसाद आहे. उद्या खडखडीत बरी होईल. पंढरी दिसत नाही कुठं?''

''डिवचलीहून नाही आला— अभ्यास करतोय.''

''पुरे रे! फार शिकवू नको त्याला! भिकूची पोरगी अडाणी म्हणेल! बकुळा नाही का नाव तिचं? 'असल्या अडाणी मुलाशी लग्न करणार नाही' म्हणेल! सांभाळून रे बाबा!''

पंगतीवर पंगती उठत होत्या. शेवटच्या पंगतीला कान्तुबाबनं नुसतं बसल्यासारखं केलं आणि आचवून त्यानं धाव घेतली देवीच्या देवळापाशी. त्याचं सारं लक्ष होतं पावणीकडे.

पहाटे देवळापुढं पावणी झाली. देवीपुढल्या खणा-नारळांचा, फळांचा लिलाव. मानेला झटका देत कान्तुबाब पावणीसाठी स्वत: उभा.

''श्रीफळ— देवीपुढला— नारळ! देवाची करणी, नारळाच्या आत पाणी! बोला—''

''दहा रुपये!''

''दहा रुपये? नरसू रायकर असणार! मुलखाचा कंजूष! देवीपुढल्या नारळाला फक्त दश्श्या? फोडला तर आठवडाभर पुरेल सोलकढीला महाराजा!''

''पंचवीस रुपये—''

''एकावन्न-''

''भले शाब्बास! नारळाची लाज राखलीत! देवीपुढला नारळ म्हणजे शकुनाचा नारळ! एकावन्न एक वार—''

त्यावर कुणी आकडा चढवला नाही. तीन वार होऊन श्रीफळ रामनाथच्या पदरी पडलं.

''केळ्याची फणी— रसबाळी केळी— साल एकदम पातळ! दोन खाल्ली की जेवायला नको! बोल शाणू—''

''पाच रुपये.''

''मिलिट्रीत पेन्शन मिळतं की नाही रे शाणू?''

“दहा—”

“पंधरा—”

“छान! उत्तम! पंचवीस रुपये तीन वार... विठू, ही केळ्याची फणी तुझी! पोराला पाठव चार केळी डिवचलीला— शाळेत पहिला नंबर येईल! आता हा खण — कुणाला हवा खण?”

सगळ्या वस्तूंची पावणी होईपर्यंत तीन गोष्टी झाल्या. उत्सवाचा निम्मा खर्च भरून निघाला, कान्तुबाबचा आवाज बसला आणि पहाटेचा कोंबडा आरवला!

नरसू रायकर आपल्या दुकानाच्या आतल्या बाजूला विडी फुंकत बसला होता. अधूनमधून गालफडाची हाडं कडाकडा मोडून जांभया देत होता.

मागल्या बाजूला राहायच्या दोन खोल्यांपुढल्या बाजूला दुकान. दुकानाची जागा टीचभर. त्यामुळे माल फारसा नसून दुकान भरल्यासारखं वाटत होतं. बिस्किटं-चॉकलेटच्या, काजूगराच्या, लाडवांच्या बरण्या— खोबरेल तेलाचा डबा —गळ्यापाशी टणक गोळ्या असलेल्या सोड्याच्या बाटल्या— ओलसर साखर— आणि अर्धवट वितळलेला गूळ-शिळे उंडे आणि तारेला अडकवलेली काकणं— चहाच्या रिकाम्या खोक्यात ठेवलेले कुजके बटाटे— वर टांगलेल्या पांढऱ्या कांद्याच्या मोळ्या... तऱ्हेतऱ्हेचा माल दुकानात भरलेला होता. बरण्यांवर धुळीची पुटं चढली होती, छपराला चिकटलेली जळमटं हातभर खाली लोंबत होती, कसला तरी कुबट वास दुकानात भरून राहिला होता आणि अर्ध्या मांड्या झाकणारी मेणचटलेली चड्डी कमरेला अडकवून नरसू, शिंपल्याच्या मेहरपीत ठेवलेल्या शंखासारखा दुकानाच्या मध्यभागी पाय दुमडून बसला होता.

पैसे ठेवायची लाकडी पेटी रिकामी होती आणि उधारी मांडून ठेवण्यासाठी नरसूनं हाताशी ठेवलेली स्लेटपाटी दोन्ही बाजूला गच्च भरली होती. बरेच दिवस उधारी थकली की पाटीवरला मजकूर पुसट व्हायचा. नरसूला स्वत:ला तो वाचणं अशक्य व्हायचं. मग नरसू ‘पाड पडिल्ले-माका नागोंक जन्मा आय्लात’ असं बडबडत पाटी खसाखसा पुसून काढायचा आणि उधारी नव्यानं लिहू लागायचा. पै-पैशाला जपणारा नरसू उधारीनं पार टेकीला आला होता.

तसं पाहिलं, तर रायकरांच्या कितीएक पिढ्या दुकानाच्या मिळकतीवर तगल्या होत्या. नरसूचा बाप दुकान चालवत होता, तेव्हा दुकान कसं भरभराटीला आलं होतं. दुकान अंतर्बाह्य लख्ख. माल भरपूर. विष्णुदासची वाणी मिठ्ठास. पेटी पैशानं उपट भरलेली. उधारीच्या पाटीची एक बाजू कधी पूर्ण भरली नसेल! कुणाला न दुखवता मागली बाकी अशी गोळा करावी, हे विष्णुदासकडून शिकून

घ्यावं! म्हातारा सुशेगाद बसलेला कुणी कधी पाहिला नाही. जेवताना गिऱ्हाईक आलं तरी तोंडातला मासळीचा तुकडा पानात टाकून विष्णुदास बाहेर यायचा. गिऱ्हाइकाला वाटेला लावून पुन्हा जेवायला बसायचा. मग गिऱ्हाईक दहा कुडव तांदूळ नेणारं असो, की दोन पैशाचं सुकं खोबरं मागणारं असो!

बापामागं नरसूनं दुकान पार खाली बसवलं.

बरण्या रित्या झाल्या तरी डिचोलीला जाऊन माल आणायचं काम नरसू रोज उद्यावर टाकी. माल नाही म्हणून गिऱ्हाईक परत जाऊ लागलं आणि गिऱ्हाईक फारसं नाही म्हणून नरसू माल आणेनासा झाला. दुकानाला वर्ष-दोन वर्षांत अवकळा आली. पैशाची ओढाताण होऊ लागली. नरसूचा स्वभाव चिडचिडा झाला. आजारी बायकोवर, एकुलत्या एका मुलीवर ऊठसूट करवादू लागला.

कंटाळवाण्या आयुष्यात विरंगुळा एकच— विडी फुंकणं, विड्याची बंडलं एकामागोमाग फस्त करणं...!

समोरून शाणू येत असलेला पाहून नरसूला बरं वाटलं. कमीत कमी तासाभराची निश्चिंती...!

शाणू कधी काळी लष्करात होता. लढाईत वीस-पंचवीस माणसं बंदुकीनं टिपल्याची तो फुशारकी मारी. खाकी हाफपॅण्ट, गुडघ्यापर्यंत गुंडाळलेले खाकी मोजे, टॉक् टॉक् वाजणारे जाडजूड बूट आणि आवाजातील जरब— एवढंच आता त्या नोकरीतलं शिल्लक राहिलं होतं. दुपारी तीन-चार तास गळ घेऊन मासे पकडायचे, उरलेला वेळ कुठंतरी बसून चकाट्या—असा त्याचा रोजचा भक्कम कार्यक्रम.

"ये शाणू. बरं झालं, तू आलास." नरसू विडीचं थोटूक विझवीत उत्साहानं म्हणाला.

"का रे बाबा? काही करून ठेवलंस काय स्पेशल माझ्यासाठी?"

"काय पाहिजे तुला? चहा, की लिंबू सरबत देऊ?"

"चहाच दे गरमागरम! दोन लाडू काढ बरणीतले—तोंडाला चव येईल!"

नरसूनं बूड हलवलं. आत जाऊन त्यानं चहाची ऑर्डर दिली.

ॲनीमियानं पांढरी पडलेली बायको नेहमीप्रमाणं बिछान्यावर लवंडली होती. तिनं पिरंगून विचारलं, "कोण आलंय बाहेर एवढं तालेवार?"

"अगं, शाणू आलाय. नंदू, दोन ग्लास चहा घेऊन ये बाहेर!"

"तू नको बाहेर जाऊ नंदू—पाच मिण्टांनी तुम्ही या ग्लास न्यायला!"

"आणि नंदू आली तर काय होतंय?" नरसू खेकसला.

"वाढलेली पोरं परक्यासमोर..."

"फार शहाणी आहेस! शाणू का परका? नंदू, बशी दे एक रिकामी आणि

दोन कप चहा टाक. साखर कमी घाल. लाडू खाल्ल्यावर चहा अगोडच लागतो नाही तरी!'' नरसू धोरणीपणानं बोलला आणि रिकामी बशी घेऊन बाहेर आला.

बरणी उघडून काजूगराचे लिंबाएवढे दोन लाडू त्यानं बशीत ठेवले. बशी शाणूपुढं सारली.

''बाकी वैशाख पुनवेचा उत्सव जोशात झाला बरं का शाणू!'' नरसू नवी विडी पेटवीत म्हणाला, ''कुठं काही कमी पडलं नाही!''

''हो ना! उत्सव म्हणजे माझ्यासारख्या रिकामटेकड्या माणसाला तेवढीच करमणूक!'' शाणू लाडवाचा तुकडा तोंडात घोळवीत समाधानानं म्हणाला.

''बापामागं कान्तुबाबनं सगळं व्यवस्थित केलं— घरात बाईमाणूस नसताना— आक्रीतच एक! पंचाईत हीच— कान्तुबाबमागं कोण करणार हा सगळा खटाटेप?''

शाणूनं डोळे मिचकावत म्हटलं, ''तशी कान्तुबाबची पोरं असतील वाढत धा-पाच गल्लीबोळांतून, पण वाड्यावर राहून हुकूम सोडायचे तर एक उपयोगाचा नाही!''

नरसू बिडी फुंकत शाणूच्या तोंडाकडे टकामका पाहत राहिला.

''नाही येत ध्यानात?'' एक लाडू संपवून दुसरा लाडू मुठीत दाबत शाणूनं विचारलं, ''नरसू, लग्न झालेला आणि लग्न न झालेला यांच्यातला फरक ठाऊक आहे तुला?''

''सोपं आहे! एक ब्रह्मचारी, दुसरा—''

''ते रांगतं पोरसुद्धा सांगेल रे! तर, नीट ध्यानात घे नरसूशेट— लग्न न झालेला माणूस सकाळी पलंगाच्या दोन्ही बाजूंनी उतरू शकतो— लग्न झालेल्या माणसाला एकीकडूनच उतरता येतं! खरं की नाही?''

''पण त्याचा इथं काय संबंध?''

''आपला कान्तुबाब—ब्रह्मचारी हनुमंत खरा, पण उत्सवाच्या आधी आठ दिवस न् उत्सवानंतर आठ दिवस पलंगाच्या दोन्ही बाजूंनी काही उतरू शकत नव्हता!''

''म्हणजे काय?'' नरसूचं डोकं चक्रावलं.

''नरसू, तू अगदीच कसा रे हा? उगाच नाही दुकानाचं दिवाळं—'' शाणूनं जीभ चावली. नरसूचे लाडू खाऊन त्याला तोंडावर नाव ठेवणं त्याला योग्य वाटलं नाही, शिवाय अजून चहा यायचा होता! तो पुढं झुकला आणि खासगी आवाजात म्हणाला—''पंधरा दिवस रुक्मिणी श्रीकृष्णाच्या महालात होती!''

''म्हणजे ती कस्तुरी?''

''हां! काय कोवळी, लुसलुशीत पोर होती! अजून तिची हातलावणीसुद्धा झाली नव्हती! अगदी कोरा करकरीत माल!''

''हे तुला कुणी सांगितलं?''

"छा! असल्या गोष्टी कोण कुणाला सांगतो? नाटकात काम करताना डोळे कसे भिरीभिरी फिरवत होती, ते नाही पाहिलंस?'

"पण डोळे भिरीभिरी फिरवले म्हणून—" नरसूनं वाक्य तिथंच सोडलं. शाणू पुन्हा मूर्खात काढायचा!

"कान्तुबाबची अटच असते म्हणे!"

"कसली अट?"

"हिरोईननं पंधरा दिवस वाड्यात मुक्काम टाकला पाहिजे! अशी सोय असल्यावर झक् मारायला लग्न करतोय कोण? लग्नाचे सगळे फायदे उपटायचे, लग्नाच्या कटकटी मात्र नाहीत! घी भरपूर ओरपा, बडग्याची भीती नाही!"

तेवढ्यात आखूड परकर आणि विटकं पोलकं घातलेली नरसूची पोरगी चहाचे ग्लास घेऊन आतल्या बाजूनं दुकानात आली. ग्लास कठड्यावर ठेवण्यासाठी ती वाकली, तेव्हा शाणू बोलणं थांबवून तिच्या पोलक्याच्या गळ्यातून काही दिसतं का, हे हावरेपणानं निरखीत राहिला. तिच्या फुगीर छातीमधली पोकळी पाहताना त्याच्या उघड्या तोंडातून लाळेची तार लोंबत राहिली.

ती आत जाताना तिच्या पाठमोऱ्या आकृतीकडे पाहत शाणूनं चौकशी केली, "नरसू, पोरगी किती वर्षांची झाली?"

"नंदिनी ना? अठरा वर्षांची!"

"अठरा वर्षांची? वीस-बावीसची दिसते! बाकी पहिल्यापासून तुझी पोरगी उफाड्याची; बरं का!"

"घरकान्न मागं लागलीय— लग्न करू या पोरीचं."

"छा! इतक्यात कसलं लग्न? जाऊ दे आणखी दोन-तीन वर्षं!"

तोंड वासून जांभई देत, आपल्या किडक्या दाढा शाणूला दाखवीत नरसू कंटाळल्यासारखा म्हणाला, "इथं लग्न करायला आहे कुणाकडे पैसा? पाड पडिल्ली आमची जात! पोरीच्या अंगावर ढीगभर सोनं घालावं लागतं! इथं दातावर मारायला नाही पैसा!"

शाणू गप्प राहिला. खाकी हाफपँटच्या खिशातून त्यानं सिगारेटच्या पातळ कागदाचं मोर्ताल आणि तंबाखूचा पुडा बाहेर काढला. कागदावर तंबाखू पसरून त्यानं सिगारेटची सुरळी केली. कागदाच्या एका टोकाला जीभ लावून त्यानं वरला कागद खालच्या कागदावर चिकटून टाकला. आकारानं ओबड-धोबड, किरकोळ यष्टीची ती सिगरेट ऐटीत ओठांत धरून त्यानं दोन-तीन झुरके घेतले. मग त्यानं आपुलकीनं प्रश्न केला, "नरसूशेट, तुझं दुकान नीट नाही ना चालत?"

"नाही ना!"

"का नाही चालत?"

"गावात दोन-चार नवी दुकानं पडलीत. शिवाय—"

"ठीक आहे! गिऱ्हाईक वाढण्यासाठी एक युक्ती सांगू?"

"हां—हां, सांग!"

"मुलीला दुकानात बसव—"

"शाणूऽऽऽ" नरसू ओरडला.

"अरे, तिला मदतीला घे, असं म्हणतोय मी!" शाणूनं सावरून घेतलं, "तुला एकट्याला पसारा निभत नाही. तुझ्या हाताखाली ती— मग पाहा दुकान शोभिवंत, देखणं होईल."

नरसू कुऱ्यानं म्हणाला, "बायकांना स्वैपाकघरातून बाहेर काढून दुकानात बसवायची पद्धत नाही आमच्या घराण्यात!"

"राहिलं!" नरसूचा चढता आवाज ऐकून शाणू चरकला. आता इथला शेर संपलाय, हे त्यानं ओळखलं. सिगारेटचं थोटून बुटाखाली चिरडून तो उठला. "मी जातो रे नरसूशेट—" म्हणत तो रस्त्याला लागला.

आपलं बोलणं शाणूला लागलं तर नाही ना, या विचारानं नरसू अस्वस्थ झाला. "शाणू, येत जा रे अधूनमधून—" असं त्यानं ओरडून सांगितलं.

शाणूनं मागं वळून न पाहता मान हलवली. त्याच्या घशाला कोरड पडली होती. लाल उन्हात भाजून जाणारी जमीन पावसासाठी आसुसते तसा घशात गोळा झालेला त्याचा जीव फेणीच्या चार थेंबांसाठी आसुसला होता.

त्याचे पाय नकळत दादू भंडाऱ्याच्या ताव्हेर्नाकडे वळले.

वैशाख सरत आला आणि लवकरच मृगाचा पाऊस सुरू झाला. मध्ये थोडी उसंत घेऊन पावसानं थैमान मांडलं. धुवांधार पाणी कोसळू लागलं. आकाशात सूर्य उगवतो, हेच लोक विसरून गेले.

उन्हाळ्याच्या कहरात निपचित पडलेली, मरगळलेली दत्तवाडी थंडशीळ हवेत तरारून उठली. पाण्याच्या सुखद शिडकाव्यानं तिच्या नसानसांतलं चैतन्य जागं झालं. वानरांनी धुमाकूळ घालून फोडलेले घणावरचे नळे बदलण्याचं काम सुरू झालं. बंद पडलेल्या शेतीच्या कामांना नेटानं प्रारंभ झाला. शेतीच्या नांगरणीसाठी गावातली जनावरं कमी पडू लागली. ज्यांच्याकडे स्वतःच्या मालकीचा टीचभर तुकडा होता, ते जनावरांसाठी खोळंबून राहिले नाहीत. मजुरांबरोबर त्यांनी स्वतःला नांगराला जुंपलं. धरणीमातेच्या आतुर गर्भाशयात बी-बियाणं लोटून दिलं.

अंगात भरलेला आळस झडझडून टाकून सारं गाव एकदिलानं कामाला

लागलं.

दत्तवाडीतली घरं दिवसरात्र पावसात न्हाऊन निघू लागली. छपरावरल्या चुडतावर पाण्याचा होणारा तडतड आवाज गाढ झोपलेल्यांना जागं करू लागला.

धारा एकसारख्या गळत होत्या आणि शेपट्या उडवीत गुरंढोरं पाय पोटाशी घेऊन गोठ्यात कुडकुडत होती. गावातल्या पाऊलवाटा पार बुजून गेल्या होत्या. गढूळ पाण्याचे लालभडक ओहोळ चढतीकडून उतरतीकडे सतत वाहत होते. गावाच्या कडेला असलेलं तळं तुडुंब भरलं होतं आणि कडेवर मातीच्या कळशा घेऊन घरी येणाऱ्या बायकांचा निसरड्या जमिनीवर पाय ठरत नव्हता.

दादू भंडाऱ्याच्या ताव्हेर्नावर एकच गर्दी उसळली होती. पावसाळ्यासाठी दादूनं ताव्हेर्नासमोर खास मेढी उभारून पालव केला होता. त्याखाली दोन बाकं टाकली होती. वेताच्या जाळीचं घट्ट आवरण असलेल्या पोटफुग्या बाटलीतून माडाची न् काजूची फेणी कानतुटक्या कपात ओतता-ओतता थंडशीळ हवेत दादू घामाघूम झाला होता. खारवलेल्या आमलीच्या उभ्या फाकी बरणीतून द्रोणात ठेवताना त्याची दमछाक होत होती.

भिकू आणि विठू बरोबरीनं आत शिरले. माथ्यावरच्या गोणपाटाच्या खोळी मेढीच्या टोकाला टांगून दोघांनी चांदीच्या करदोट्यात अडकवलेल्या कासट्या घट्ट केल्या. कासटीचा खाली लोंबणारा शेव वर उचलून दोघांनी त्यातलं पाणी पिळून काढलं. दादूकडे पाहून, हातानं कपाचा आकार दाखवून त्यांनी दुरूनच ऑर्डर दिली. मग दोघंही बाकावर ऐसपैस बसले. ताव्हेर्नातली गर्दी न्याहाळू लागले.

"भिकू, रोवणी संपली की नाही तुझी?" विठूनं चौकशी केली.

"अजून चार दिवसांचं काम आहे. कामकरी वेळेवर मिळतात कुठं? सगळे रोवणीत गुंतलेले! या शेतीच्या कामाचं असंच! असलं की खूप काम, चोवीस तास कमी पडतात. नाहीतर आण्डार आण्ड घालून बसतेत सगळे!"

फेणीचा घोट जळत-जळत भिकूच्या घशात गेला. सारा दिवस त्यानं सुकलेल्या सुंगटासारखं शरीर वाकवून, पाठीवर पाऊस घेऊन काम केलं होतं. स्पंज पाणी शोषून घेतो तसा त्याच्या शरीरानं गारठा शोषून घेतला होता. फेणी पोटात गेली आणि त्या उबेनं अंगातला गारठा वितळल्यासारखा झाला. चित्तवृत्ती फुलारून आल्या. विठूच्या मांडीवर थाप मारीत तो म्हणाला, "तुझं बरं आहे विठू. तू मुंडकार. भाटकाराचं शेत पिकवायचं— भरपूर पीक आलं काय— कमी पीक आलं काय, दोन्ही सारखंच! त्यात भाटकार कान्तुबाब देसाय उदार मनाचा."

विठूनं वर पाहून हात जोडले, "सारी दत्तमहाराजांची कृपा! आमचा भाटकार म्हणजे भांगराचा तुकडा. दोन वर्षांपूर्वी पूर येऊन पीक बुडालं—पण भाटकारानं

काही कमी पडू दिलं नाही! भाटात आंबे-फणस आहेत—मानकुराद आंब्यांची न्‌काप्या फणसांची रास पाठवतो आमच्या घरी! पण भिकू, एक सांगू?''

"सांग! पण दादू, त्याआधी दोघांचे कप भर पुन्हा एकदा!''

"सात-आठ खंडीचा का होईना, स्वत:च्या मालकीचा तुकडा आहे तुझ्याकडे भिकू! उद्या भाटकाराची लहर फिरली म्हणजे पेजेच्या पाण्याला महाग होऊ आम्ही! छोटा का होईना—आपला, आपल्या मालकीचा तुकडा हवा भिकू!'' विठूला स्वत:चीच कीव आली. फेणीचा कप एका झटक्यात संपवताना त्याच्या घशात गहिवर दाटला.

"तू वाईट वाटून घेऊ नकोस विठू! तुझा पोरगा पंढरी हुशार आहे. तो मोठा चाकरमान्या होईल, जमीन खरेदी करील. घर बांधील तुझ्या भाटकारासारखं! मग विठू, मला विसरू नकोस!''

"तुला विसरू नकोस? म्हणजे काय भिकू? बोल—अर्थ काय तुझ्या बोलण्याचा?'' भिकूच्या गळ्यात हात घालून विठू डुलत म्हणाला.

"माझ्या मुलीला सून करून घेणार आहेस, होय की नाही? तुझ्या पोराला पसंत आहे माझी बकुळा. लहानपणापासून पोरं एकत्र खेळली-बागडली आहेत! शिरगावच्या जत्रेत चोचीत चोच घालून हिंडत होती राघू-मैनेसारखी! पण—पण तुझं काय? साळूबाय काय म्हणते?''

"चिंता करू नकोस भिकू. बकुळा आमच्या घरी सून म्हणून येणार म्हणजे येणार. मग प्रत्यक्ष देव आडवा आला... बघ—हा देवचार आला मध्येच! काय शाणू, भिकूची पोरगी आमच्या घरात सून म्हणून येणार की नाही?'' समोरून टॉक्‌ टॉक् बूट वाजवीत येणाऱ्या शाणूकडे पाहत विठूनं विचारलं.

"काही सांगता यायचं नाही! तशी ग्यारंटी देणार कोण?'' शाणूनं त्यांच्या-जवळच बैठक मारली.

"म्हणजे काय? आं? अर्थ काय तुझ्या बोलण्याचा?'' भिकूनं रागावून विचारलं.

"अरे, आजकालच्या पोरी—त्यांचं काही खरं नाही! पंढरीपेक्षा दुसरा कुणी मनात भरला की जाईल त्याचा हात धरून!''

"चूप! एकदम चूप!'' भिकू संतापानं थरथरू लागला, "माझी पोरगी त्यातली नाही— बोम्बयच्या चवचाल पोरीसारखी नाही शाणू!''

"राहिलं! मी आपला डेंजर सिग्नल दिला!'' शाणू नरमाईनं म्हणाला.

"हे बघ, तुझ्या मिलिट्रीतला शहाणपणा आमच्या दत्तवाडीत दाखवू नकोस!'' विठूनंही आपला राग व्यक्त केला.

“बेस्ट! फारच बेस्ट! मग व्याही-व्याही मिळून मला कपभर फेणी तरी द्याल की नाही?” शाणू मुद्द्याचं बोलला.

“एक का, दोन कप घे! एक माझा—एक विठूचा, पण पुन्हा अभद्र.... दादू, या शाणूला फेणी दे—”

“दादू, हुर्राक आहे का रे थोडी?”

“आता कुठली हुर्राक? पावसापूर्वी मिळते ती!” दादूनं सांगितलं.

“फेणी तर फेणी! लवकर आण कप! आमलीची एक फोड आण द्रोणातून! खायला काय आहे आणखी? दादू, तू अंडी उकडून का नाही ठेवीत? बॉबेला आन्टीच्या दुकानाबाहेर उकडलेल्या अंड्यांचा ढीग! जीभ खवळते याद आली की!” फुकटात फेणी सुटली म्हणून शाणू रंगात आला. मुंबईच्या गोष्टी करू लागला. खऱ्या-खोट्या आठवणींची भेंडोळी सोडू लागला.

समोरून बाबुशा येत होता. अंगात फाटका कोट, कमरेला कासटी आणि माथ्यावर हॅट— असा त्याचा पोषाख होता. तरुण वयात त्याच्या डोक्याची पडीक जमीन झाली होती. आपलं तुकतुकीत टक्कल झाकण्यासाठी तो तिन्ही त्रिकाळ हॅट घालायचा. झोपतानासुद्धा तो ती काढत नसावा, असा शाणूचा अंदाज होता.

“ये बाबुशा! बऱ्याच दिवसांनी आलास? बायकोनं सोडलं कसं तुला? आम्ही संध्याकाळ झाली की थंडी घालवायला इकडे येतो; तुझं थंडीचं औषध म्हणजे बायकोची मिठी! काय बाबुशा, लाजतोस किती पोरीसारखा?”

बाबुशा बाकावर बसत म्हणाला, “बायको गेली माहेरी!”

“माहेरी?” शाणूनं विचारलं.

“हो, बाळंतपणासाठी!”

“अरे, पण सहा-सात महिन्यांपूर्वीच बाळंत झाली होती ना?”

“छे—छे!” बाबुशा गडबडीनं बोलला, “अकरा महिन्यांपूर्वी!”

“कितवं मूल रे?”

“तिसरं!”

“लग्नाला किती वर्षं झाली?”

“अडीच वर्षं!”

“छ्या! अडीच वर्षांत तीन मुलं? भलतंच जोरात दिसतंय तुझं!”

“काय करू शाणू?” बाबुशा वैतागानं म्हणाला, “माझी नुसती कासटी लागली बायकोला, तरी ती गरोदर होते— करू काय मी?”

गडगडाट झाल्यासारखा शाणू हसला. भिकू आणि विठूही हसण्यात सामील झाले. भिकूनं संसारी माणसासारखी चौकशी केली.

"बायको बरी आहे ना?''

"हो!''

"काय झालं?''

"मुलगी! तिसरी पण मुलगी!''

बाबुशाचा स्वर रडवेला झाला. कप तोंडाला लावून त्यानं फेणीच्या घोटाबरोबर दुःख गिळून टाकलं.

"मुलगी? तिसऱ्यांदा मुलगी? बाबुशा, चिमूटभर माती कमी पडते ऐन वेळी! तू डरू नकोस; पुढल्या खेपेला पोरगा! मिलिट्रीत घालू, मेजर करू!'' शाणू रिकामा कप वर धरून ओरडला, "दादू, सगळ्यांचे कप भर! बाबुशाच्या होणाऱ्या पोरग्याच्या नावानं!''

"पण माझ्याकडे एवढे पैसे नाहीत!'' बाबुशा चाचरत म्हणाला.

"ती काळजी दादूला!''

"पण—''

"बाबुशा, तुला पोरगा हवा की नको?''

"हवा.''

"आमच्या आशीर्वादाशिवाय होणार कसा तो? आणि तू फेणी पाजल्याशिवाय आमच्या तोंडून आशीर्वाद निघेल कसा? आं?''

दादूनं जमलेल्या सगळ्यांचे कप पुन्हा भरले. चिमणीच्या मिणमिणत्या उजेडात पाटीवर त्यानं बाबुशाच्या नावानं आठ कपांचा हिशोब मांडून ठेवला.

रात्र चढू लागली. पावसाची रिपरिप पुन्हा सुरू झाली. चुडतावर पडणारे टपोरे थेंब गारा पडल्याचा आभास निर्माण करू लागले. बेडूक कर्कश आवाजात ओरडत होते आणि त्यांच्या आवाजाची लय साधून रातकिडे चित्रविचित्र आवाज काढत होते.

शाणूची वाणी फेणीत भिजून अधिकच सैल झाली. शब्द पायात पाय अडखळून निसटू लागले. आवाज चढू लागला. हातवारे चमत्कारिक होऊ लागले.

"दादू, आणखी एक कप—''

"शाणू, पुरे आता! घरी चल—'' दादूनं त्याला दटावलं.

"नाही—एकच—शेवटचा— बस्स... तुझ्या नावाचा!''

दादूनं त्याला दाद दिली नाही. दुकानाच्या फळ्या लावून घेत तो भिकूला म्हणाला, "भिकू, या मिलिट्रीतल्या माणसाला नीट घरी पोचव; नाहीतर हा इथंच लढाई सुरू करायचा!''

भिकूनं आणि विठूनं शाणूच्या दोन्ही काखांत हात घालून त्याला बळे-

बळे उठवलं.

"शाणू, जेवणाचं काय?" भिकूनं चौकशी केली.

"जेवण? जेवण रांधायला बायको कुठे आहे? बायको इल्ला—नो घरकान्न!"

"मग माझ्या घरी चल."

"मोगाबायनं काय रांधून ठेवलंय?"

"उकड्या तांदळाचा भात आणि सुक्या बांगड्याची कढी! आणखी काय हवं?"

शाणूच्या तोंडातून लाळ गळू लागली. त्याला बोलणं सुधरेना. डोळे मिटून आणि मान खाली घालून तो चिखल तुडवीत चालू लागला.

पावसाची संततधार थांबून उघडीप झाली होती.

म्हाबळूभट केव्हाचे उठून कुळागरात कामाला लागले होते. झुंजुमुंजु झालं, माडाच्या झावळीतून होय-नाहीसा प्रकाश झिरपू लागला; तेव्हा त्यांनी पडवीवरली सतरंजी गुंडाळून ठेवली. गोठ्यातल्या गाईपुढं त्यांनी ओल्या चाऱ्याच्या दोन पेंढ्या टाकल्या. विहिरीवर जाऊन चार कळशा भराभरा अंगावर ओतल्या. ओल्या पंचावर देवघरातली पूजा आटोपली आणि व्यंकटेश स्तोत्र गुणगुणत ते कुळागरात कामाला लागले.

आठवडाभर सतत पडणाऱ्या पावसामुळे कुळागरातील कितीतरी कामं खोळंबली होती. निरफणसाची, जांभळाची पानं खाली पडून कुजू लागली होती. पाटातून खळखळणाऱ्या पाण्याला त्यांची आडकाठी होत होती. पानं एकत्र करून ती आवाराच्या कोपऱ्यात ठेवायची होती. खाली पडलेली चुडतं, केळीची वाळलेली पानं गोळा करायची होती. पावसाच्या दणक्यानं शेवग्याच्या झाडापासून पानवेल अलग पडली होती. गेलेला आधार तिला पुन्हा मिळवून द्यायचा होता. आभाळाला पुन्हा कधी गळती लागेल याचा नेम नव्हता. तेवढ्यात जेवढं काम संपवता येईल तेवढं संपवणं आवश्यक होतं.

"पार्वतीस उपदेशी कैलासनायक
पूर्णानंद पूर्ण सुख..."

म्हणत असताना त्याचं लक्ष सहज मागं गेलं.

रामनाथ फुलझाडाची पानं तोडत होता. चांदीच्या तबकात विविध आकारांच्या, रंगांच्या पानांचा ढीग दिसत होता.

"तू कधी आलास रामनाथ?"

"आत्ताच! आज श्रावणातला पहिला रविवार. ऊर्मिला रविवार पुजते ना, तिला फुलं-पत्री गोळा करून देतो; मग येतोच तुमच्या मदतीला!"

म्हाबळूभट मुलाला मदत करू लागले. शंकराची, अनंताची, सोनचाफ्याची फुलं तोडू लागले.

''पारिजातकाचं झाड लावलं पाहिजे एक! नाही का दादा?''

''हो! पारिजातक फुलला की वेड्यासारखा फुलतो. किती फुलावं, हे कळतच नाही त्याला! फुलांच्या पायघड्या पसरवतो मालकासाठी! कान्तु देसायाच्या अंगणातला पारिजात नुसता बहरलाय! ती कर्दळीची फुलं बघ— वास नाही, पण तोरा केवढा! मिलिट्रीतला शाणू नाही का, तसा! रामनाथ, ती शिरवदळाची पानं पाहिलीस का! पांढरीशुभ्र. फुलासारखी दिसतात. आदितवार पूजताना पानांची महिरप मोठी शोभिवंत दिसते. आण इकडं ते तबक, मी काढून देतो पत्री!''

''नको दादा, तुम्ही बसा पडवीवर आरामात. ऊर्मिलेनं तुमच्यासाठी पोहे केलेयत— गूळखोबरं लावलेले.''

''अरे, असू दे! तुझ्या आईला कोण काढून द्यायचं पत्री-फुलं? तू पुण्याला शिकायला. शेवटपर्यंत आदितवार पूजत होती तुझी आई. अंगात ज्वर होता. वैद्यबुवांनी सांगितलं, स्नान करायचं नाही— पण कुठली ऐकायला? मुलखाची हट्टी! अंग धुऊन ओलेत्यानं आदितवार पूजला तिनं! शेवटचा आदितवार पूजला. सांगता केली आणि मग पुढल्या गुरुवारी जास्ती झालं. डिवचलीहून डॉक्टर आणला. पण ती विंजेक्शन घेतीय? गोळ्या खातेय? कपाळावर मिऱ्याचा लेप व गवती चहाचा कसाय! कुळागरात जे पिकतं, तेच औषध म्हणून वापरायचं! डॉक्टरानं हात टेकले तिच्यापुढं! मोठी पुण्यवान! दत्ताच्या वारी गेली!''

रामनाथानं हे अनेकदा ऐकलं होतं. मुकाट्यानं तो कर्दळीची पानं कापत राहिला.

म्हाबळूभटांनी खांद्यावरल्या उपरण्यानं डोळे पुसले.

''सूनमुखसुद्धा पाहिलं नाही साध्वीनं! आज असती तर सुनेचं कोण कौतुक केलं असतं तिनं! रामनाथ, तो पाहिलास निरफणस? तिनंच हौसेनं लावला होता. कसा फुललाय चारी अंगांनी! आपल्यावर पहारा करतेय ती निरफणसाच्या रूपानं!''

वडील बोलायचे थांबायचे नाहीत म्हणून रामनाथ तबक घेऊन घरात गेला. पत्री-फुलं ऊर्मिलेच्या स्वाधीन करून बाहेर आला. पाटाचं पाणी ज्या झाडांना पोचत नव्हतं, त्या झाडांना हातात लाकडाचं 'कल्लं' घेऊन तो पाणी शिंपू लागला.

म्हाबळूभट पडवीवर आले. तृप्त मनानं ते कुळागराचा परिसर न्याहाळू लागले.

कुळागरामागचे डोंगर हिरवेगार दिसत होते. सारी सृष्टीच हातभर चुडा भरलेल्या नववधूसारखी नटली होती. खालच्या बाजूला हळदुव्या रंगाची भाताची इवली रोपटी वाऱ्यावर झुलत होती.

कुळागर डवरलेलं होतं. स्फटिकासारख्या स्वच्छ-नितळ पाण्याचे पाट

जिन्याच्या पायऱ्यांप्रमाणे उतरत आलेल्या कुणग्या-कुणग्यातून खाली उड्या टाकत होते. सरळसोट वाढलेल्या छत्रीधारी पोफळी फळभारानं जडावल्या होत्या. मंद पावलं टाकणाऱ्या गर्भारशीप्रमाणं संथपणे हेलकावे घेत होत्या. पोफळीच्या वरच्या अंगाला बिलगलेल्या पिवळसर, शेंदरी रंगाच्या शिपटी-पोफळीनं जणू गळ्यात टपोऱ्या पोवळ्यांची माळ घातली होती. बांधाच्या कडेला अंगानं सुटलेली केळ आपली लेकावळ सांभाळीत गारकंच उभी होती. रामनाथनं बाहेरून मुद्दाम आणवलेले बुटके माड भरघोस नारळ लटकल्यामुळे लहान वयात मातृत्व लादल्याप्रमाणं बापुडवाणे दिसत होते.

"म्हाबळूभट!" कान्तु देसायानं हाक मारली. हातात छडी घेऊन कान्तु देसाय धावल्यासारखा चालत होता. पन्नाशी उलटलेली, पण उत्साह एवढा की विशीतला पोरगा शरमून जाईल.

म्हाबळूभटानं उजव्या हाताचा पंजा कपाळावर आडवा धरून निरखून पाहिलं. मग म्हटलं, "कोण कान्तुबाब का? अरे, आताच तुझी आठवण काढली होती. शंभर वर्षं आयुष्य आहे तुला!"

"नको रे बाबा तेवढं आयुष्य! हातपाय धड आहेत तोपर्यंत जगायचं. काळजी घेणारं आहे कोण घरात?"

कान्तु देसायानं छडी हवेत फिरवली, मग जमिनीवर टोक दाबून स्थिर केली.

"अजून लग्नाला उभा राहशील तर कुणीही मुलगी देईल तुला!"

"हो— तूच सांगायचा राहिला होतास! म्हातारपणी लग्न करतोय मी आता!" कान्तु देसायानं विषय बदलला, "तुझं सगळं ठीक चाललंय ना?"

"दत्ताच्या कृपेनं सगळं उत्तम!"

"तुझं बरं आहे बुवा! कुळागर म्हणजे पैशाची खाण! नारळ-सुपारी दिवसें-दिवस वाढत चाललीय."

"वडिलांची पुण्याई म्हणायची!" म्हाबळूभटांनी हवेत हात जोडले.

"वडिलांची पुण्याई तर आहेच—तुम्ही बापलेक खपत असता की दिवसभर आगरात! आगरातली सगळी कामं करतो तो!"

"उभा राहून गजाली किती वेळ करणार? आत ये, चहा घे गरम. पोहे खा चिमूटभर." म्हाबळूभटानं आग्रह केला.

"नको रे बाबा, घाईत आहे. कामं चालली आहे शेतात. कामेऱ्यांच्या पेजेची व्यवस्था करायला नको?" कान्तु देसायानं मानेला झटका दिला. झुलपं मागं फेकली. त्याच्या मागोमाग धावत चाललेला पोरगा डोक्यावरली पेजेची बुडकुली

घेऊन ताटकळत उभा राहिला.

"तर! भाटकार तू! मुंडकाराला, कामेऱ्यांना खूष ठेवलंस तर चार दाणे पदरात पडायचे!"

"अरे, अजून मुंडकार देताहेत बऱ्या बोलानं! देत नाही म्हणाले उद्या, तर करायचं काय? मुंडकार आजकाल शिरजोर झाले आहेत. त्यांना शिंगं फुटायला लागलीत."

"तुझा विठू चांगला आहे, सरळ मनाचा आहे कान्तुबाब! फसवणारा नाही. जे काही उगवेल, त्यातला पहिला वाटा तुला देऊन मगच आपण घेईल."

"मी जिवंत असेपर्यंत शीतकढीला मरण नाही म्हाबळूभट! तेवढं विठूनं पाळलं म्हणजे पुरे! माझ्या पश्चात काय होईल ते होईल! आप मरो, जग बुडो! रामनाथ कुठं आहे?"

"इथंच तर होता—"

"की बसलाय बायकोभोवती रुंजी घालत? गुणी पोरगा आहे. डिग्री घेतली, पण घरचं पाहायला पुन्हा खेड्यात आला. शहरात पंख्याखाली फायली उपशीत नाही बसला!"

"शहरात राहिला असता, तर कुळागराची वाट लागली असती! आज माझ्यानं काय होतंय? माझा झालाय वठलेला माड— जोराचा वारा आला की भुईसपाट!" म्हाबळूभट उद्गारला.

जमिनीवरून फणसाच्या झाडाकडे लाल हुमल्यांची रांग लागली होती. पायावर चढणारे हुमले काठीनं बाजूला सारीत कान्तुबाब कुळागरावरून नजर फिरवू लागला. तोंडानं चालू होतं— 'नाचत ना गगनात नाथा— गगनात नाथा-'

म्हाबळूभट आपल्याशीच बोलल्यासारखा म्हणाला, "कुळागरात काय कमी कामं असतात? आठ दिवस शिंपणी नाही केली, तर पोफळी बावतात! झाडांना शेणमातीचं खत घालायचं, मुळाशी खणणी करायची, पाट तयार करायचे, पोफळी सोलायच्या, उकडायच्या, वाळत घालायच्या. कामं संपता संपत नाहीत बाबा! त्यात निसर्गाचा रुद्रावतार! परवा वादळ झालं. पिसाट वाऱ्यांनी झाडं झोडपून काढली! नीटस आगर तासा-दीड तासात केस पिंजारलेल्या अवदसेसारखं दिसू लागलं बघ कान्तुबाब! आंब्याच्या, निरफणसाच्या फांद्या मोडून पडल्या. केळी भुईसपाट झाल्या. पानांची हीऽऽऽ रास जमिनीवर! माडांच्या झावळ्या न् पानांचे ढीग उचलता-उचलता कमरेचा काटा ढिला झाला अगदी!"

"म्हाबळूभट, तू एक-दोन गावडे का नाही ठेवत कामाला?"

"रामनाथ कुठं ऐकतोय? सगळी कामं स्वत: करायची हौस! पोफळीच्या

एका झाडावरून दुसऱ्या झाडावर सहज जातो तो अनुभवी गावड्यासारखा. कामाला वाघ आहे. बायको मिळालीय तीसुद्धा हवी तशी! अंगानं नाजूक, पण चांगलीच काटक. गाईच्या धारा कुणाला काढू देत नाही सूनबाई!''

म्हाबळूभटाच्या तोंडून मुलाचं न् सुनेचं कौतुक ऐकताना कान्तुबाबला आपल्या कामाची आठवण झाली, ''जातो रे बाबा, कामेऱ्या वाट बघत असतील! चल रे रवळू, उभो रावून नीद काट्टा घोड्या बेशेन! पेजेचो बुडकुलो पट्टलो सकल! चल, धाव मार!''

चिखलात हात घालून भाताचं रोप उपटता-उपटता साळू सगुणाला म्हणाली, ''अजून पात्रांचा पत्ता नाही! माझा घसा तर सुकून गेलाय! पेजेचा गरम-गरम निवोळ घशाखाली ओतल्याशिवाय काम निभायचं नाही माझ्यानं!''

''येईल गं! तुला नुसती घाई! नाटकाच्या तालमी चालल्या असतील रात्रभर!''

''आता पावसात कसली नाटकं?''

''त्याचा काही नेम नाही. रथसप्तमीच्या नाटकाला आता सुरवात करील! चांगलं चेडू आणील शोधून! माडीवर चढ गं गडे—चेडवाला माडी चढायला सांगेल... आठ-धा दिवस चेडू माडी कशाली उतरतंय?''

''भाटकार मोठा वस्ताद! ते कुठलं गं पद कृष्णाचं? रुक्मिणीला म्हणतो, खूप दिवस भेटलो नाही तुला आणि मग भाटकार पुढं काय म्हणतो, याद आहे ना तुला? करीन जेव्हा मी—करीन जेव्हा मी—''

''पुरे पुरे! भाटकार येतोय पेज घेऊन. त्याच्या कानावर गेलं तर आपली नडणी करायचा!''

कामेऱ्या पेज पीत बसल्या होत्या. पेजेला लावायला सुक्या बांगड्याचा निखाऱ्यांवर खरपूस भाजलेला तुकडा. पेजेचा निवोळ पिताना हवीहवीशी ऊब अंगभर खेळू लागली. कामाचा शीण नाहीसा झाला.

कान्तु देसाय चाळा म्हणून हातातली छडी पाण्यावर आपटीत होता. पाणी आजूबाजूला उसळत होतं. कान्तु देसायाच्या मलमलीच्या शुभ्र धोतरावर पाण्याचे डाग पडत होते.

''विठू, या वर्षी पीक कसं येणार बाबा?''

''दर वर्षीसारखंच भाटकार! पावसानं अशीच कृपा केली, तर कसली म्हणून चिंता नाही!''

''साळूबाय, या वर्षी पौषातला धालो जोरात झाला पाहिजे!'' कान्तु देसाय

उत्साहानं बोलला, "माडावरला सगळा खर्च माझा! शेवटच्या दिवशी खिरीचं जेवण! काय गं लक्षुमी, येणार की नाही? आणि तू गं सगुणा?"

"आता तुमचा हुकूम झाल्यावर यायलाच पाहिजे की!" कामेऱ्या पुटपुटल्या.

कान्तु देसाय बोलण्यात गुंतला. कापणी-मळणीच्या वेळी किती माणसं लागतील, किडीचा बंदोबस्त कसा करता येईल, खताचा पुरवठा कितपत झाला... भाटकार-मुंडकारांत चर्चा रंगात आली.

लक्षुमीनं कानाला लावलेलं धोंगटीचं थोटूक पेटवलं. एक जोरदार झुरका मारून ती समाधानानं कान्तु देसायाकडे पाहत म्हणाली, "दिसतो कसा बघा भाटकार! धोतर बगळ्याच्या पंखासारखं शुभ्र! आमच्यासारख्या नुसत्या जवळ उभ्या राहिल्या तरी धोतर मळेल त्याचं!"

"जायचं जवळ, तर जा बापडी! नवरा सोडून गेल्यापासून पुरुष भेटला नसेल तुला जवळून!" सगुणानं लक्षुमीच्या पाठीवर थाप मारली. "सात दिवसांच्या धाल्याचा शीण काढायला आठव्या रात्री मुक्काम कर भाटकाराकडे! तसा उदार आहे तो— तुला नाही म्हणणार नाही लक्षुमी!"

साळू लक्ष्मीच्या हातातल्या धोंगटीकडे पाहत म्हणाली, "आधी भाटकार तुला हंडाभर पाण्यात बुचकळून काढील आणि मग घरात घेईल!"

लक्षुमीनं कमरेभोवती गुंडाळलेला टुवाल काढून तोंड खसाखसा पुसलं. मग डोळे मिचकावीत ती म्हणाली, "शिरगावच्या देवीपुढं काय सांगणी केली असंल मी?"

"कसली गं?"

"दात विचकून हसू नकोस सगुणे! मोठ्ठा पलंग, गुबगुबीत गादीवर पांढरीफेक चादर... त्यावर निजायचं—आरामात चांगले हातपाय ताणून आणि पुरुष अंगावर घ्यायचा!"

"वा गं वा! बरीच आहेस की तू!"

"अगं, आजपर्यंत इतक्यांदा पुरुष अंगावर घेतला—पण कुठं? फाटक्या गोधडीवर, थंडगार खडबडीत जमिनीवर! कधी पाठीला दगड टोचायचे... खड्डे पडलेल्या जमिनीवर पाठीला रग लागायची... पाठ दुखून यायची! मरायच्या आधी एकदा तरी..."

"आणि पुरुष कसला पाहिजे तुला?"

"पुरुष ना? मस्तवाल, वारं प्यालेल्या खोंडासारखा! आपल्या भाटकारासारखा!"

तेवढ्यात विठू ओरडला, "लक्षुमे, पेजेचा निवोळ घोटलास ना? गप्पा कसल्या चालल्यात? पाऊस नाही तेवढ्यात कामं संपवली पाहिजेत."

गणेश चतुर्थीचा उत्सव जवळ आला.

पोटभर पाणी पिऊन शेतं तृप्त झाली होती. भाताची रोपं हातभर वर सरली होती. दिवस मावळला तरी शेतातली कामं संपत नव्हती. तास न् तास खाली वाकून भिकूच्या कमरेचा काटा ढिला होत होता. भाटकाराच्या शेतात कामेऱ्यांच्या मदतीनं विठू मान मोडून खपत होता.

सकाळी विठू कामावर जायला निघाला होता, तर दारात पंढरी उभा.

''पंढरी, मध्येच कसा तू? शाळेला सुट्टी की काय?'' विठूनं अचंब्यानं विचारलं.

पंढरी हसला आणि म्हणाला, ''शाळेला सुट्टी नाही खरी, पण मी घेतलीय.''

''एवढं कसलं काम?''

''उद्या कृष्णजन्म ना?''

''मग?''

''अळम्याची याद आली. मी नसलो गावात, तर अळमी तशीच फुलून जातील जागच्या जागी! मामा सोडत नव्हता. अळमी आणतो, म्हणून सांगितल्यावर जा म्हणाला.''

ओला मसाला घालून केलेलं अळंबीचं तोणाक! वर्षात एकदा करायची चैन! विठूच्या तोंडाला पाणी सुटलं. केवड्याच्या वासानं नाग यावा त्याप्रमाणं वारुळावर उगवणाऱ्या अळम्याच्या ओढीनं पंढरी डिवचलीहून आला होता तर!

''सांभाळून रे! हातात काठी असू दे जाडजूड! आणि जनावर फुस्स करून अंगावर आलं, तर अळम्यांचा नाद सोडून दे! म्हणतात ना, जीव उल्ल्यार भीक मागून खाय्त!''

पंढरीनं मान डोलावली.

पोरगा गावाहून आला म्हणून साळू खूष झाली. शेतीच्या कामातून तिनं आज अर्धा दिवस सुट्टी घेतली. सायकलवरून निघालेल्या जुआंव पदेराला तिनं थांबवलं. त्याच्याकडून गरम उंडे घेतले. दोन-अडीच कप कॉफीचं पाणी आणि काचेचा ग्लास पोरांपुढं ठेवून तिने म्हटलं, ''हे बघ, अळमी आणायला एकटाच जा. बकुळाला नको घेऊ संगती—''

''का? बकुळा नेहमीच येते की माझ्याबरोबर!''

''अरे, वाढलेली पोर—पूर्वीसारखी चपळ कशी असेल? तू वारुळापाशी खुडबुडणार. कुठं साप-किरडू डसलं तिला, म्हणजे आमच्या जिवाला घोर!''

पंढरीला आईचं म्हणणं पटलं. टोपली आणि काठी घेऊन तो एकटाच

निघाला.

म्हाबळूभटाच्या आगरामागं एक वारूळ होतं— चांगलं कमरेएवढ्या उंचीचं. आणखी एक छोटं वारूळ कामाक्षीदेवीच्या देवळाला लागून.

अळंबीचे कळे अमाप उगवले होते. नाजूक दांडा आणि लंबवर्तुळाकार छत्री. कळे फुलायच्या आधी तोडायचे. एकदा फुलले की चव गेली. मग बाहेर फेकायच्या लायकीचे! पंढरी सफाईनं कळे तोडत होता. हातातली टोपली भरत होता.

देवळालगतच्या वारुळावरली अळंबी काढताना त्याचं लक्ष वारुळाच्या मुळाशी गेलं आणि त्याच्या अंगावर सर्रदिशी काटा उभा राहिला.

पिवळाधम्मक नाग दहाचा आकडा फुलवून त्याच्याकडे एकटक पाहत होता. त्याचे गुंजाएवढे डोळे फुलारलेले होते. आपल्या मालकीच्या क्षेत्रावर आक्रमण झाल्यामुळे नाखुषी व्यक्त करत होते.

अळंबी तोडण्याचं काम थांबवून पंढरी दोन पावलं मागं सरला. तिथूनच त्यानं दोन्ही हात जोडून डोळे मिटले. "देवा नागराजा, कृपादृष्टी असू दे. काही चुकलं-माकलं तर क्षमा कर!" तो पुटपुटला.

त्यानं डोळे उघडले, तेव्हा फणा मिटवून नाग सळसळत करवंदीच्या जाळीकडे निघाला होता. श्रावणातल्या कोवळ्या उन्हात त्याचं सुवर्ण-रेशमी अंग झगमगत होतं.

पंढरी मग तिथं थांबलाच नाही. टोपली घेऊन तो टेकडी उतरून घरी आला.

साळू मसाला वाटून पंढरीची वाट पाहत होती. पंढरी मोकळ्या हातानं येणार नाही याची तिला खात्री होती. झणझणीत मसाल्याचा वास पंढरीच्या नाकाला झोंबला. नाकाच्या टोकाला झिणझिण्या आल्या.

साळूनं टोपली खाली ओतली. अळंबीचे तिनं चार भाग केले.

"हा वाटा भाटकाराला, हा तुझ्या मामाला. संध्याकाळी पानात नीट गुंडाळून ने."

"आणि हा कुणाकडे?"

"आणखी कुणाकडे? बकुळाच्या घराकडे!"

मग साळूला काहीतरी आठवलं. चारी वाट्यांतली थोडी-थोडी आळंबी टाकून तिनं आणखी एक वाटा तयार केला. "पंढरी, हा नरसूच्या घरी नेऊन दे."

"नरसूला?"

"हो! त्याच्या घरकान्नीला अळमी खूप आवडतात. आजारी आहे बिचारी. तोंडाला चव येईल तिच्या!"

पंढरी पुड्या बांधू लागला, तेव्हा साळू म्हणाली,

"आणि लक्षुमी रे?"

"लक्षुमीचं काय?"

"तिला नाही अळमी खावीशी वाटणार? नवऱ्यानं सोडल्यापासून एकटी राहते काबाडकष्ट करून."

"समजलं—समजलं!" पंढरी हसत म्हणाला.

करता-करता चांगले बारा वाटे झाले!

चतुर्थी दोन दिवसांवर येऊन ठेपली.

आगरातलं काम सांभाळून रामनाथ गणपतीच्या स्वागताची तयारी करत होता. दोन दिवस खपून रामनाथनं सोनरी वर्खाचं सुबक मखर तयार केलं. मखरामागं आरसा उभा केला. मखराच्या पुढल्या भागाला कमळाची, मोराची चित्रं अडकवली.

पडवीवर रामनाथनं चांगली लांब-रुंद माटोळी बांधली. असोला नारळ, सुपारीचे पिवळे बेडे, पपनस, तवशी, केळीचे घड माटोळीवरून खाली लोंबू लागले. ऊर्मिलेनं कोठीच्या खोलीतली तांब्या-पितळेची भांडी चिंचेनं घासून-पुसून चकचकीत केली. कापसाच्या वाती वळून ठेवल्या.

हरितालिकेचा कडक उपवास झाला. 'जन्मोजन्मी असाच पती मिळो,' असं उमेप्रमाणं ऊर्मिलेनं देवाला साकडं घातलं. चतुर्थीला पहाटे उठून ऊर्मिलेनं आगरातल्या फुलांची मखराभोवती आकर्षक आरास केली. अनादि गणपतीस्वामी वाजत-गाजत आला. आसनाला टेकून येत्या-जात्याला हात उंचावून आशीर्वाद देऊ लागला.

म्हाबळूभटाचा गणपती पाहायला सारं गाव लोटलं. पेढ्याचे मोदक आणण्यासाठी रामनाथला स्कूटरवरून डिचोलीला दोनदा जावं लागलं. गणपतीचा मुक्काम दीड दिवस. चतुर्थी दिवशी नाही-नाही म्हणता पन्नासएक पानं पडली. संध्याकाळी दर्शनाला आलेल्या प्रत्येकाला शेवचिवडा, लाडू, करंजी अशी फराळाची पत्रावळ. रात्री चंद्र दिसू नये याची काळजी घेत मंडळी आरत्यांसाठी जमली. ज्यांना चुकून चंद्राचं दर्शन झालं, त्यांनी चोरीचा आळ येऊ नये म्हणून शेजाऱ्या-पाजाऱ्याच्या कौलावर दगड फेकले. घरांतून शिव्यांचा आवाज आल्यावर चोरीचा आळ टळला म्हणून समाधानानं ते आरत्यांत सामील झाले.

दुसऱ्या दिवशी संध्याकाळी मंगलमूर्तीसमोर भजन उभं राहिलं. शुभ्र धोतराचा सोगा खांद्याभोवती गुंडाळून कान्तु देसाई पखवाजावर बसला. शिरगावाच्या मनोहरबुवांनी मोठी बहार आणली. दत्तवाडीचे सगळे गावकरी म्हाबळूभटाच्या पडवीवर, अंगणात गोळा झाले. मध्यरात्रीपर्यंत झांजा वाजत राहिल्या. फटाकड्यांच्या आवाजांनी निजलेली

पाखरं पंख फडफडवीत उठायची आणि डोळे मिटून अंधारात झेप घ्यायची.

मध्यरात्र कलल्यावर आरत्या सुरू झाल्या. पोरांनी कलकलाट करून दत्तवाडीचा परिसर दणाणून सोडला. 'घालीन लोटांगण'—होईपर्यंत आरत्या म्हणणाऱ्यांच्या तोंडाला फेस आला. ऊर्मिलेनं स्वत: तयार केलेली पंचखाद्यं जिभेवर ठेवली की विरघळू लागली. पोरं पंचखाद्य पुन: पुन्हा मागून घेत होती आणि ती पुरवून-पुरवून वाटताना रामनाथची धांदल उडत होती. मग रामनाथनं माजघरात ठेवलेली पपनसं चिरली, तवशांचे काप केले, केळ्यांचे घड बाहेर काढले आणि पोरांचा आत्मा तृप्त होईपर्यंत आग्रहानं त्यांना खाऊ घातलं.

मग गावात ज्यांच्या घरी गणपती बसले होते, त्यांनी उत्तरपूजा करून मंगलमूर्ती बाहेर आणल्या. पावसानं खैर केली होती, म्हणून गावात होत्या-नव्हत्या त्या सगळ्या गॅसबत्त्या बाहेर आल्या. म्हाबळूभटांचा गणपती अग्रभागी—अशी मिरवणूक दूरवर खाजणाकडे वाजत-गाजत निघाली. पुढल्या वर्षी लवकर येण्याची विनंती करून गजाननाला जड मनानं निरोप देण्यात आला.

विसर्जन आटोपून दमली-भागलेली मंडळी घरी परतली. पोरांनी अंथरूण कुठं आहे, हे न पाहताच अंग जमिनीवर सोडून दिलं.

म्हाबळूभट सदरा काढून जानवं अंगाभोवती फिरवीत पुटपुटले— "सगळं काही व्यवस्थित झालं! गणपतीबाप्पा, पुढल्या वर्षीसुद्धा अशीच सेवा करून घे."

वळचणीतली पाल चुकचुकली. किर्र रात्री तिचा आवाज केवढा तरी मोठा वाटला.

"बघितलंत दादा, सत्य खरं!" रामनाथ उद्गारला आणि आतल्या बाजूला वळला.

ऊर्मिला हातांची उशी करून खाली सतरंजीवर गाढ झोपली होती. श्वासोच्छ्वास करताना तिची भरदार छाती वर-खाली होत होती. आज मुद्दाम नेसलेलं नऊवारी लुगडं गुडघ्यावर सरकलं होतं. गोऱ्यापान मांडीवरल्या निळसर शिरा अंधुक उजेडातही स्पष्ट दिसत होत्या.

रामनाथ खाली वाकला आणि त्यानं तिच्या ओठांवर ओठ टेकले. तिची झोप चाळवणार नाही, इतक्या हळुवार! पण तेवढ्यानं ऊर्मिलेला जाग आली. जडावलेल्या पापण्या मोठ्या कष्टानं विलग करून तिनं समोर पाहिलं.

चिमणीच्या अंधुक उजेडात रामनाथ दिसताच ती दचकली. गडबडीनं उठून बसली.

"खाली काय झोपलीस? अंग जडावेल— सर्दी होईल. पावसाळी दिवस आहेत." रामनाथ म्हणाला.

उठून ती पलंगावर पडली. उजव्या हाताचा काटकोन तिनं कपाळावर टेकवला.

रामनाथ मृदू स्वरात विचारू लागला,

"दमलीस?"

"ऊं? नाही."

"खूप काम पडलं तुला."

"गजाननाची सेवा करताना माणूस दमतं वाटतं?"

"ते झालं आमच्यासारख्या रांगड्या लोकांचं! फुलासारखी नाजूक माणसं—"

"पुरे कौतुक!"

रामनाथनं तिचा उजवा हात हातात घेतला. तिच्या मऊसूत तळव्यावरून तो उजवं बोटं फिरवीत राहिला.

नवऱ्याकडे तिरप्या नजरेनं पाहत ऊर्मिलेनं विचारलं, "झोप नाही येत?"

"अंहूं!"

"एक सांगू?"

"सांग ना!"

"कुणाला सांगायचं नाही."

"नाही सांगणार."

"मामंजींनासुद्धा."

"हो, दादांनासुद्धा नाही सांगणार!"

"म्हंजे मागाहून सांगा— पण एवढ्यात नको!"

"ए— कोड्यात नको बोलू ऽऽ काय सांगायचं, ते लवकर सांग."

"मामंजी आजोबा होणार!"

"काऽऽऽय?"

"ओरडता केवढ्यानं? मामंजी बाहेर पडवीवर आहेत, म्हटलं!"

"पण ऊर्मिले, खरंच? खरं सांगत्येस तू?"

"मग काय खोटं सांगते? आणि तेही आज पंचमीला?"

"म्हणजे ऊर्मिला श्री गणपती आपल्या घरातून गेला नाही— गणपतीची प्रतिष्ठापना—"

"पुरे!" चेहरा दोन्ही हातांनी झाकून ऊर्मिला उद्‌गारली, "आता तरी झोप येईल ना पट्‌कन?"

तिला दोन्ही हातांनी कवळून धरत रामनाथ म्हणाला, "आता कुठली झोप?

आता झोप उडाली माझी!''

सकाळपासून हिरवागार चारा खाऊन गाईंची पोटं चांगलीच तटतटली. त्यांच्या टपोऱ्या डोळ्यांत तृप्तीचे भाव दाटून आले. चाल मंदावली. पावसामुळे ठिकठिकाणी खड्डे पडले होते आणि त्यात पाणी साठलं होतं. त्या पाण्यात गाई उगाच तोंड खुपसू लागल्या. गळ्यातली घुंगरं वाजवीत नाखुषीनं डोकी वर काढू लागल्या. त्यांच्या तुकतुकीत अंगांवरून हात फिरवीत बकुळानं त्यांना तळ्याकडे वळवलं. तळ्यातलं स्वच्छ पाणी घोटताना त्यांची पोटं अधिकच रुंदावली, पान्हे जडावल्यासारखे झाले.

बकुळानं परकर वर खोवला. हातातली काकणं वर सारली. खाली वाकून तिनं तळ्यातलं पाणी ओंजळीत घेऊन चेहऱ्यावर शिंपडलं. पाण्याच्या गार स्पर्शानं तिच्या अंगावर शिरशिरी आली. परकराच्या टोकानं तिनं चेहरा खसाखसा पुसला. तळ्यात उतरून गुडघ्यापर्यंत पाय धुऊन घेतले. पावलं वर उचलून ती खडकावर ठेवली. खापरीनं ती खराखरा घासली. तिची गोरीपान पावलं टवटवीत झाली. केवड्याच्या कवकवीत पात्यासारखी सुबक दिसू लागली.

अंगावर पाण्याचे थेंब पडले, म्हणून दचकून तिनं वर पाहिलं. मग आजूबाजूला नजर वळवली.

पंढरी दूर उभा राहून तिच्या अंगावर पाणी उडवत होता. तळ्यावरून उड्या मारीत तो बकुळेपाशी आला.

बकुळा खापरीनं पावलं घाशीत राहिली. पंढरीच्या येण्याची दखल तिनं घेतली नाही.

पंढरीनं ओरडून विचारलं, ''एऽऽ बकुळा, तुझा पत्ता काय? कुठं हरवली होतीस इतके दिवस?''

बकुळा फुरंगटून म्हणाली, ''हरवले होते? उलट तूच मला चुकवत होतास!''

''मी चुकवत होतो?''

''मग आळमी द्यायला आला होतास घरी, तेव्हा का नाही थांबलास थोडा वेळ? मी नरसूच्या पसऱ्यावर गेले होते.''

''काय सांगू तुला? दहा ठिकाणी जायचं होतं आणि चारची डिवचलीची बस पकडायची होती!''

''त्या दिवसाचं राहू दे, पण आता—''

''आता काय?''

''चवथीसाठी डिवचलीहून येऊन तुला तीन दिवस झाले; एकदा तरी

आलास आमच्या घरी? परवा रात्री म्हाबळूभटाच्या पडवीवर दुरून दिसलास, पण नुसता हात वर करून पळून गेलास! शहरात जाऊन शिंगं फुटली तुला— या सोनीला फुटलीत तशी!''

पंढरी हसून म्हणाला, ''बकुळा, खरं सांगू का? खूप लोक आजूबाजूला असले ना, की तुझ्याशी गप्पा मारायला 'हे' वाटतं!''

''हे? हे म्हणजे काय?''

''म्हणजे वाटतं— बोलायचं काय तुझ्याशी! कशी काय बरी आहेस ना— एवढंच विचारायचं? बरं, आपण दोघं असताना जे बोलतो, ते सगळ्यांपुढं कसं बोलायचं?''

दोघं वरच्या बाजूला आली. जांभळीखाली जाऊ लागली. त्यांची ती बसण्याची आवडती जागा. बरोबरीच्या राखण्यांना चुकवून इथं यायचं आणि तास न् तास गप्पा करायच्या. पंढरी डिचोलीला गेला, त्यानंतर ती एकटीच इथं येऊन बसायची— जांभळीखाली.

''पंढरी, लंगडतोस का? पायाला लागलंय?'' बकुळेनं काळजीच्या सुरात विचारलं.

''काटा टोचला पायाला.''

''आवय्स! पायात चप्पल तर आहे!''

''तरी टोचला! मागं गुरं राखताना पायात चपला नसायच्या, तेव्हा काटा कधी पायाच्या वाटेला नाही गेला! आठवतं तुला बकुळा, तुझं वासरू एकदा डोंगरावर चुकलं. पायात काही नसताना मी संध्याकाळभर वणावणा भटकत होतो वासरू शोधत! डोंगरामागं घळीत गेलो. दिवस मावळायला आला तेव्हा दिसलं— पलीकडल्या उताराला काजूखाली आरामात बसून होतं. खांद्यावर टाकून आणलं घरापर्यंत!''

''खाली बस पंढरी, मी काढते काटा पायातला.''

दोघं खाली बसली. पंढरीचा पाय बकुळेनं आपल्या मांडीवर घेतला. परकराच्या टोकानं तिनं पायाचा तळवा पुसून काढला. पोलक्याला बटणाच्या जागी लावलेली पिन तिनं हातात घेतली. डोळे बारीक करून ती तळवा टोकरीत राहिली.

''कधी होणार तुझं शिक्षण पुरं?''

''अगं, मी काही बालिष्टर होणार नाही, डाक्टर-विंजनेर तर नाहीच नाही. मराठी-इंग्रजी कामापुरतं आलं की बास!''

''मी येऊ का शिकायला?''

''तू येणार? म्हणजे झालंच!''

“का? त्यात काय झालं?” बकुळा फुरंगटून म्हणाली, “पोरी शिकत नाहीत शाळेत?”

“अगं, तुला आमचा आमोणकर मास्तर ठाऊक नाही! फार कडक! वेताळाचा अवतार! गणित चुकलं की वेताच्या छडीनं बडवतो. शुद्धलेखन चुकलं की जांघेला कडकडून चिमटा! पोरं फसाफसा चड्डीत मुततात!”

“आवय् मजे! मला नको रे बाबा तुझी शाळा! इथंच बरं आहे त्यापेक्षा!”

“तेच म्हणतोय मी. माझं एक ठीक आहे.”

“नोकरी करणार तू डिवचलीला? शेती नाही करणार इथं दत्तवाडीला?”

“अगं, भाटकाराच्या शेतात किती दिवस खपायचं? हा भाटकार चांगला आहे—पण पुढचं कुणी पाहिलंय? नोकरी करायची, पै-पैसा साठवायचा. स्वत:चं शेत करायचं.”

“मोठ्ठाच बेत आहे की तुझा!”

“दत्तमहाराजांची कृपा पाहिजे!”

“डिवचलीला बिऱ्हाड करणार तू?”

“मी एकटाच नव्हे काही—”

“मग कोण-कोण?”

“मी आणि बकुळा!”

“पुरे!”

“तुला आवडेल डिवचलीला राहायला?”

“खूप! तिथं फिरायला छान-छान बागा आहेत. चांगले-चुगले कपडे मिळतात. सिनेमा पाहायला मिळतात.”

“पण तिथं तुला चारा-चुन्ना मिळणार नाही. काजूची फांदी वाकवून बोंड खायला नाही मिळणार! करवंदं, जांभळं, भिरणा—”

“त्यात काय मोठंसं? जांभळं-करवंदं खायची इच्छा झाली की मोटर पकडायची, दत्तवाडीला यायचं, गुरं घेऊन रानावनात हुंदडायचं!”

“करवंदं—जांभळं खायची इच्छा बाईला कधी होते; ठाऊक आहे?” पंढरीनं डोळे मिचकावीत विचारलं.

“मला नाही ठाऊक!”

“सांगू?”

“काही नको! हा काटा निघाला बघ पायातला! एवढासा तर काटा, पण बोवाळ केवढा!”

तिच्या मांडीवरला पाय खाली घेऊन पंढरी म्हणाला, “बकुळे, दोन गजाली

सांगतो, ध्यानात ठेव नीट.''

"काय त्या?''

"परकर कधी गुडघ्यापर्यंत वर घेऊ नकोस.''

"बरं—बरं! दुसरी?''

"पोलक्याचा वरचा बटण तुटला म्हणून तिथं पिन लावलीस कधी, तर ती काढू नकोस—काटा काढण्यासाठीसुद्धा काढू नकोस!''

बकुळानं डोळे मोठ्ठाले करून विचारलं, "तुझ्या पायाला काटा टोचला तरी?''

"हो! पायाचा काटा काढलास तू— पण सगळ्या अंगभर काटे टोचल्या-सारखं होतंय मला मघापासून— त्याचं काय?''

पावसाळा सरला आणि शेतातल्या कामांची गर्दी कमी झाली. भाताची हिरवीगार पाती तरारून वर आली. लोंब्या धरू लागल्या. पोटातले टचटचीत दाणे सावरीत लोंब्या गर्भारशी बायांसारख्या जडशीळ झाल्या. एकमेकींच्या कानाला लागून गुजगोष्टी करू लागल्या.

नरक चतुर्दशीच्या आदल्या रात्री नरकासुराचं धूड पोराटोरांनी दत्तवाडीच्या चारी कोपऱ्यात फिरवलं. कान्तु देसायानं पहाटे त्याला चूड लावली. नरकासुराच्या अवाढव्य शरीरानं पेट घेतला. त्याच्या पोटातल्या फटाक्यांच्या माळा धडाडू लागल्या. सगळा आसमंत दणाणून गेला. मग अंगाला तेल चोपडून बायांनी पुरुषमाणसांना गरम पाण्यानं अंघोळी घातल्या. कारीटाचं कडूझार फळ उजव्या पायाच्या अंगठ्याखाली चिरडून लहान-थोरांनी नरकासुराचा वध केला. दह्यात, दुधात, नारळाच्या रसात कालवलेले पोहे गावकऱ्यांनी एकेमकांच्या घरी जाऊन मटकावले. खाल्लेलं गोडधोड गळ्यापर्यंत येऊ लागलं. त्यावर उतारा म्हणून खाजणापाशी जाऊन मंडळींनी बांगडे आणले. कुणी बांगड्याचं हुमण केलं, कुणी बांगड्याची उडीदमेथी. कुणी निखाऱ्यावर बांगडे नुसतेच भाजले आणि पेजेबरोबर गरमागरम खाऊन टाकले.

पाडव्याला पोराटोरांनी गाई-वासरांच्या गळ्यांत फुलांच्या माळा घातल्या. त्यांची मनोभावे पूजा करून त्यांना पोहे खायला घातले. स्वच्छ सारवलेल्या अंगणात मुलांनी शेणाचे छोटे-छोटे गोठे उभारले. कारीटाला काड्या टोचून पिठाच्या शेपट्या लावून मुलांनी बैल तयार केले आणि शेणाच्या गोठ्यात ठेवले. गोपालकृष्णाच्या लाकडी मूर्ती मिरवीत गुरं राखणारी पोरं गावभर नाचू लागली. घराघरासमोर नाचताना त्यांचे पाय दुखून आले.

दिवाळीचा सण असा धुमधडाक्यानं साजरा झाल्यावर सर्वांचे डोळे मान्नी पुनवेकडे लागले.

मान्नी पुनवेच्या आधी धालोचा उत्सव— बायकांनी धालो नाचायचा, पुरुषांनी पाहायचा.

दत्ताच्या देवळासमोरच्या मोकळ्या जागेत मंडळी जमली. देसायांच्या मालकीची जागा, पण आता साऱ्या गावाच्या मालकीची झालेली.

मांडव फुलून गेला. खचाखच गर्दी झाली. कान्तु देसाय जातीनं व्यवस्था पाहत होता. समई तेलानं उपट भरली होती. तिच्या पाच वाती झळझळून उठल्या. ज्योती मंदपणानं डुलू लागल्या. त्या उजेडात वृंदावनातली तुळस थरथरल्यागत झाली.

कान्तु देसायानं देवाला गंध-फुलं वाहिली. देवाला गाऱ्हाणं घातलं—

"पाव माज्या माणाच्या गुरू-वर्सापुर्सा-गावापुर्सा-जाग्या देवचारा परिवर्म्या— ही लेकरं तुझी सेवा करूक आयल्यात—तांची सेवा गोड मानून घे—पयशाक पाच-पयशे मेळो—येवजिल्ली कामा साध्य कर—बरे कर सायबा-"

कान्तूनं नारळ फोडून तुळशीपाशी ठेवला. आणखी पाच-सहा नारळ फोडून कातल्या पोरांना वाटल्या. भिकूची बायको मोगाबाय मध्ये उभी राहिली. दहा-जणींच्या शब्दांनी धालोला सुरुवात झाली. तुळस, धर्तरीमाय, देव, देवचार, भुतां-खेत्री, म्हारू—सर्वांना धालोचं निमंत्रण गेलं. नमनाला घडाभर तेल संपलं. धालो नाचणाऱ्या बायकांच्या कपाळावर मळवट ठसला. एकमेकींच्या कंबरेत हात गुंफून बायकांनी समोरासमोर दोन रांगा केल्या. पाच पावलं पुढं, पाच पावलं मागं... रांगा पुढंमागं होऊ लागल्या. 'धालो धालो गे धालो—धालानी खेळू गे आमी, धालानी खेळू या—' सुरू झालं.

रथात कोण देव बसला गे
रथात बसली म्हाळसामाय
मांडार खेळू आली गे, मांडार खेळू आली गे!

देवदेवता मांडावर सांगाती आल्या. भुतंखेतं, अमंगळ, अरिष्ट पळून गेलं. पहाटेपर्यंत गाणी रंगली. म्हातारीकोतारी झोप आवरेना तेव्हा परतली. पोरं जागच्या जागी जमिनीवर लवंडली. तरुण मुलं-मुली पेंग आली तरी बसून राहिली. पहाटेच्या गारव्यानं शिरशिरी आली तरी जागची ढिम्म हलली नाहीत.

पुनव आली. धालोचा मांड गजबजला. शेवटच्या दिवसाचा धालो पाहायला आवशातला पूर्ण चंद्र केव्हापासून तिष्ठत राहिला होता.

धालोची सांगता म्हणजे उत्साहाला अपरंपार उधाण. रात्रभर जागलं पाहिजे, नाहीतर अरिष्ट कोसळणार— हे भय. मांडावरल्या सगळ्यांनी आधी तांदळाचा पायस ओरपला. धालो नाचणाऱ्यांपेक्षा पाहणाऱ्यांची अधिक धावपळ. आधी फुगड्या

सुरू झाल्या.

आंगणी घालीन फुगडी
काडीन चिकणमाती
माज्या मानाची बायल जाशी
गळ्या घालीन पाटी!

दोन्ही हातांनी धपाधपा टाळ्या पडू लागल्या. तोरड्या घातलेल्या पावलांचे भूमीवर हलके आघात होऊ लागले. गोल-गोल फिरताना बायका देहभान विसरून गेल्या.

“भिकूची पोरगी बकुळा ना ती? चांगली उफाड्याची आहे! आई-बाप पाप्याचे पितर—ही तेवढी कशी इतकी देखणी, रवळनाथ जाणे!”

“शाणू— तिला विठूच्या चेड्यानं, पंढरीनं रिझर्व्ह केलीय् रे! तुझी मालगाडी ठेशनात उशिरा आली!”

“राह्यलं! लक्ष्मीकडं पाहा, गड्या—काम एकदम कडक—भांड्याला कुठं पोचा आलेला नाही! नवरा दळभद्री—हिला सोडून कुठं तोंड काळं केलं त्यानं?”

“कुणी म्हणतं—जीव दिला—कुणी म्हणतं—किरीस्ताव चेडवाच्या मागं बोंबयला गेला!”

कापिला चंदन घडायला तारू
तारू घडायला रे चंदन रुक्षाचे
तारू लागला रे दत्तवाडीच्या बंदराकू

“कान्तुबाबनं उद्या जेवणाची तयारी केलीय की नाही?”

“तर! मणगण्याचा खासा बेत आहे!”

“मणगण्याचा? म्हणजे चण्याडाळीची खीर— काजूगर टाकून करतात, ती!”

“विठू— भाटकारांक बरे माग!”

“भाटकाराचं एकट्याचं का—सगळ्याचं कल्याण होवो! दत्तवाडीकर एकमेकांना धरून राहोत—कुणाची बुद्धी चळू देऊ नकोस—अडलेल्यांना, नडलेल्यांना—”

माथ्याच्या कुशल आमी खेळ खेळ्यलो
सदीच्या कापडात आमी मेळ मेळ्यलो

“ती नरसूची पोरगी पाहिलीस?” शाणू अंगाला झोके देत म्हणाला, “आमुरपिक्या फणसासारखी कवकवीत—”

“पुरे रे शाणू—दुसऱ्यांच्या बायकांकडे, पोरीबाळींकडे नजर नको लावूस! नजर लागेल तुझी त्यांना!”

“छ्या! मी काय बाया कधी पाहिल्या नाहीत! काळ्या, गोऱ्या, पिवळ्या— सगळ्या प्रकारच्या बाया मनसोक्त भोगल्या, मिलिट्रीत होतो तेव्हा! अरे, खुंटा घट्ट हवा— हव्या तेवढ्या गाई मिळतात दावणीला बांधायला!”

“गप्प रे! इथं काय धालो पाहायला आलास की जिभेची खाज भागवायला?”

“जिभेची नाही—डोळ्यांची खाज भागवायला! समजलं की नाही बाबुशा?”

कोंबड्यानं बांग दिली. नाचून दमलेल्या बायांना धालो संपवायचे वेध लागले. पहाटेच्या थंडगार झुळकीनं शिणलेली शरीरं पाणी शिंपडल्यासारखी ताजीतवानी झाली.

मांडकरी बाईनं साळूबायला फेटा बांधला. साळूबायचं पिंगळीचं सोंग सजलं. हातात तांब्या, त्यावर आंब्याचा टाळा आणि नारळ. नाचणाऱ्या प्रत्येक बाईसमोर पिंगळी उभी राहू लागली. नाचत-नाचत दक्षिणा गोळा करू लागली.

आमी पिंगळी घाटाचे
तांदूळ घाला भाताचे

पिंगळी जवळपासच्या घरांतून फिरू लागली. कान्तु देसायाच्या, राणू नायकाच्या, दुलबा घाडीच्या दारासमोर उभी राहून प्रश्न करू लागली—

खुटखुट करता काय
पेटेचावी काढता काय
म्हाका पैसे दिता काय?

न्हाण न आलेल्या पोरी नाचू लागल्या. नाचता-नाचता बेहोष झाल्या. जागच्या जागी घुमू लागल्या. जाणत्या बायका त्यांना आपली गाऱ्हाणी सांगू लागल्या— “रंभे, आमची सांगणी ऐक— पीडा निवारण कर— पिकावळ चांगली येऊ दे— गावकऱ्यांचं कल्याण कर.”

— आणि तोच कुणाच्या ध्यानीमनी नसता एक विलक्षण प्रकार घडला....।

हाकेच्या अंतरावर एकामागोमाग एक प्रचंड स्फोट होऊ लागले. भूकंप झाल्याप्रमाणं सारी धरणी हादरल्यासारखी झाली. डोळे किलकिले करून पहाटेच्या धूसर प्रकाशाकडे पाहणारी झाडावरची पाखरं पंख फडफडावीत आकाशाच्या दिशेनं झेपावली.

जागच्या जागी घुमणाऱ्या रंभा शुद्धीवर आल्या. डोळे उघडून टकामका पाहू लागल्या. आपल्या माथ्यावरचा फेटा फेकून देत साळूबाय घाबऱ्या-घाबऱ्या माडाकडे परतली, हातातला तांब्या खाली ठेवून थरथर कापू लागली. पेंगणारी मंडळी धडपडून जागी झाली. चोहोकडे एकच हलकल्लोळ उडाला.

“आवय्मजे— भूकंप की काय हा?”

“दत्तम्हाराजा— वाचव रे बाबा!”

“जगबूड जवळ आली... कलियुगाचा अंत जवळ आला!” म्हाबळूभट धाबळी अंगाभोवती घट्ट लपेटून ओरडले.

“हे कसलं अरिष्ट? हे कसलं अशुभ?”

सगळेच भेदरले. कलकलाट करू लागले. घाबरला नव्हता तो शाणू. तो निश्चल होता. जागच्या जागी बसून होता. हाफ पँटच्या खिशातून तंबाखूचा पुडा काढून तो शांतपणे सिगारेट बनवू लागला. भेदरलेल्या गावकऱ्यांकडे पाहत त्यानं खांदे उडवले आणि आवाज उंचावून तो म्हणाला, “कशासाठी बोवाळ रे गड्यांनो? हे आवाज कसले ते मला विचारा— मी मिलिट्रीतला माणूस आहे!”

“कसले रे हे आवाज शाणू?” दोघा-तिघांनी एकाच वेळी प्रश्न केला.

“सुरुंगाचे! जमिनीत खोल पुरलेले सुरुंग पेटलेत धडाधडा! त्याचे हे आवाज.”

“सुरूंग? कुणी पुरले जमिनीत? कशासाठी?” कान्तु देसायानं आश्चर्यानं विचारलं.

“तुम्हाला ठाऊक नाही? छ्या! कमाल तुमची! तुम्ही सारे लोक डोळे असून आंधळे! बिरबल म्हणाला ना एकदा—”

“शाणू, फालतू गप्पा नकोत! काय सांगायचं, ते लवकर सांग! इथं लोकांच्या अंत्रमाळा उडाल्यायत्—तुला बिरबलाच्या काण्या सुचताहेत!”

शाणूनं सिगारेटचा झुरका घेऊन शांतपणे म्हटलं, “मंडळी, आपल्या दत्तवाडीजवळ सोनं पिकतंय! जमिनीच्या पोटात खच्चून मीन भरलंय!”

“मीन! मीन म्हणजे?” विठूनं चौकशी केली.

“तुला नाही इंग्रजी कळणार विठू! तुझ्या त्या डिवचलीला शिकायला गेलेल्या पोराला कळला असता अर्थ! मीन म्हणजे लोखंडाचे फत्तर! तांबडे भडक. ओबडधोबड दगड फोडायचे, आतलं लोखंड काढायचं!”

“दगडात लोखंड?” भिकूनं आ वासला.

“भिकू, तू दुसरा अडाणी बघ! मीन नाही पाहिलंस कधी? सावर्ड्याला, सांग्याला, मुरगावाला कधी नाही गेलास? तिकडे मीनाच्या फत्तराचे डोंगराएवढे ढीग नाही पाहिलेस?”

भिकू चेहरा पाडून हसला. “आम्ही कशाला जातो बाबा दत्तवाडी सोडून बाहेर? वर्षातून एकदा शिरगावची जत्रा—फार तर डिवचली, अस्नोडा कामासाठी. वेळ आहे कुठं? आणि वेळ असला तरी जायचं कशासाठी?”

“शाणू, दगडात लोखंडाचे तुकडे असतात मोठमोठे?” बाबुशानं विचारलं.

एकाएकी आणखी स्फोट झाले. शाणूभोवती गोळा झालेले लोक कावरे-बावरे झाले. उभ्या-उभ्या थरथरू लागले. बायकांनी 'आवय् गे' असं किंचाळत एकमेकींना घट्ट मिठ्या मारल्या.

मोगाबाय कपाळावरचा घाम पदरानं खसाखसा पुशीत म्हणाली, ''चला गं बायांनो, आपापल्या घरी! मरायचं असेल तर आपल्या खोलीत प्राण गेलेला बरा! इथं उघड्यावर कशाला?''

मोगाबायची सूचना सगळ्यांनी मूकपणे मान्य केली. दाणे टिपणारी पाखरं शिकाऱ्याच्या एका गोळीच्या आवाजानं क्षणात नाहीशी व्हावीत तशी गर्दी तत्काळ ओसरली. विरस झालेली मंडळी पाय ओढत घराकडे परतू लागली.

मांडावरल्या समईतलं तेल सरलं होतं. ज्योती म्लान झाल्या होत्या. पण तिकडं कुणाचंच लक्ष नव्हतं.

कान्तु देसाय तुळशीपाशी उभा राहून परतणाऱ्या गर्दीकडे विमनस्कपणे पाहत होता. त्याच्या उत्साहावर विरजण पडलं होतं. सिगारेटचा धूर सोडीत सुशेगाद बसलेल्या शाणूकडे त्याचं लक्ष गेलं. तो ओरडला,

''शाणू, एक राहिलंच की!''

''आणखी काय राहिलं पात्रांव?''

''दुपारच्या गावजेवणाचा बेत होता ना! मी तर खिरीची सगळी तयारी केलीय. भाताचे हंडे चुलाणावर चढवायची वेळ झाली.''

शाणूनं खांदे उडवले. ''छ्या! आता कोण येतंय पात्रांव तुझी खीर खायला? पक्षी आपापल्या घरट्याकडे पळाले—चिडीचूप झाले!''

''मग ही सगळी तयारी फुकट?''

''काळजी नको, आपण दोघं खाऊ. भरपूर मजा करू.''

''मजा?''

''तर काय! आता मजाच मजा! पात्रांव, दत्तवाडीचं भाग्य म्हणून खाण इतक्या जवळ आली! गावाचं रूप कसं पालटतंय, ते पाहत राहा!''

भिकूच्या घराचं अंगण ओलांडून शाणू पडवीवर आला, तेव्हा खुरपं घेऊन भिकू बाहेर चालला होता.

''ये रे शाणू. आज सकाळी-सकाळी काय काम काढलंयस?'' भिकूनं हातरी पसरून शाणूचं तोंडभरून स्वागत केलं.

''कामासाठीच यावं, असं आहे का? चहा प्यायला येऊ नये?''

''वा वा! तसं कसं? यायलाच पाहिजे.''

“भिकू, मी हा असा सडाफटिंग! सकाळी उठल्यावर चहाची तलफ येते, पण चूल पेटवायला असा कंटाळा येतो म्हणतोस! छे, तुझ्यासारख्या संसारी माणसाकडे यावंसं वाटतं मग!”

शाणूनं पायातले बूट काढले. ढोपरापर्यंत चढवलेले मिलिटरीतले खाकी मोजे तसेच ठेवून तो दोन्ही पाय सोडून हातरीवर बसला. खाकी हाफपँटच्या खिशातून त्यानं तंबाखूचा पुडा काढला. सदऱ्याच्या खिशातून सिगारेटचे पातळ कागद काढून त्यानं भिकूला विचारलं, “सिगारेट ओढणार?”

“नको! तुझी ती विलायती बिडी तूच ओढ. आमची ही धोंगटी बरी आहे!” त्यानं कानाला खोवलेली धोंगटी हातात घेऊन पेटवली. कडक तंबाखूचा कडवट झुरका मारला.

सिगारेटच्या पातळ कागदावर तंबाखू पसरवीत शाणूनं विचारलं,“कुठं चालला होतास भिकू?”

“शेतात— आणखी कुठं जाणार मी?”

“अरे, पण मळणी-बिळणी सरली ना? आता काय काढलंयस शेतात काम?”

“शेतातली कामं संपतात का कधी? सरद संपलं—आता डोळे वायंगणाकडे! काही ना काही चालू असतं.”

“हूं! भिकू, घसा कोरडा पडलाय! चहा दे थोडासा गरम-गरम! उंडा आहे की नाही घरात? म्हटलं—तुझ्याकडे जावं, कुरकुरीत उंडा गरम चहात बुडवून खावा!”

भिकू उठला, गडबडीनं आत गेला. मग बाहेर येऊन खाली मान घालून बोलला.

“शाणू, पेज तयार आहे घरात. निवोळ पिणार? सुक्या बांगड्याचा तुकडा भाजायला सांगतो मोगाला!”

“पेज? नको बाबा!”

“मग नाचण्याची आंबिल सांगू करायला?”

“तुझं विपरीतच भिकू! चहा-उंड्याची तलफ पेजेनं आणि आंबिलानं भागते काय रे? उद्या फेणी मागितली, तर तू गूळ आणि पाणी पुढ्यात ठेवशील!”

भिकू वरमला. कसनुसं हसला. “शाणू, चहा-उंडा कुठं परवडतोय् आम्हाला? महिन्या-दोन महिन्यांत चहाचं पाणी मिळालं तरी पुरे!”

“वा रे! तू तर भाटकार...”

“भाटकार! शाणू, मस्करी करतोस माझी? कोलंबीला सुरमय म्हणतोस?

गांडुळाला सर्प म्हणतोस? टीचभर जमिनीचा तुकडा—दोन वेळची पेज मिळायची मारामार!''

मोगाबाय उंबऱ्याच्या आत बसली होती. दोघांचं बोलणं लक्ष देऊन ऐकत होती. ती सुस्कारा टाकून म्हणाली, ''आलेला दिवस भागला म्हणजे दत्तम्हाराजाचे उपकार म्हणायचे!''

सिगारेटचं थोटूक शाणूनं जमिनीवर चुरडलं. मग तो पुढं झुकला. भरलेल्या आवाजात म्हणाला, ''इतकी वर्षं जमीन पिकवून काय ही दशा तुझी भिकू? दोन वेळा पोटभर पेज देत नाही. असं शेत काय जाळायचंय?''

''हूं: देवाची मर्जी!'' भिकूनं कपाळाला हात लावला. वर छपराकडे डोळे वळवले, ''परमेश्वराच्या मनात आहे ते खरं!''

''परमेश्वराचे उपकार मान भिकू.'' शाणूनं त्याच्या खांद्यावर हात ठेवून म्हटलं, ''त्या परमेश्वरानं तुझ्या दारात लक्ष्मी आणली.''

''म्हणजे काय शाणू? दारात लक्ष्मी? म्हणजे घडलं तरी काय बाबा?''

''रामायण डोळ्यांदेखत घडतंय आणि तू विचारतोस रामाची सीता कोण? भिकू, शंभर पावलांवर मीन आली. मीनावर काम करून किती लोक पैसे कनवटीला लावताहेत; पाहिलं नाहीस तू कधी? आसपासच्या गावांतले शे-पन्नास लोक कामाला लागलेत! धो-धो पाणी वाहतंय. बायका-पुरुष, पोरंटोरं हात धुऊन घेताहेत. तू मात्र कोरडा तो कोरडा!''

भिकूला त्याचं बोलणं नीटसं कळलं नाही. आ वासून तो अजागळासारखा शाणूकडे पाहत राह्यला.

''भिकू, मी म्हणतो, तू का नाही काम करत मीनावर?''

''मी? मला कोण ठेवणार तिथं कामावर?''

''आता एवढ्या लोकांना कुणी ठेवलं तिथं? मीच धा-वीस लोकांना पोटाला लावलं.''

मोगाबाय न राहवून उंबऱ्याबाहेर डोकावली. अजीजीनं म्हणाली, ''शाणू, मीनावर तुझी ओळख आहे?''

''मीनावर? मोगाबाय, मिनेर गोविंद खरंगटो माझा जुना दोस्त! आम्ही दोघांनी एकत्र सिगारेटी ओढल्यात! मी मिलिट्रीत गेलो, हा गोव्यात राहिला. मी देशासाठी झुंजलो; ह्यानं मस्त पैसा केला.'' शाणू फुशारकीनं म्हणाला.

''मग काम होईल.'' मोगा उद्गारली.

''तुझं आणखी कसलं काम मिनेराकडे?'' भिकू घरकान्नीवर खेकसला.

''मीनावर काम धरलं, तर दिवसाला पाच-सा रुपये मिळतात म्हणे!''

"शहाणीच आहेस! दिवसाला पाच-सा रुपये द्यायला मिनेराचे पैसे वर नाही आले!" भिकू उसळला, "शेतावरल्या कामेऱ्याला आपण दोन-तीन रुपये दिसवडा देतो!"

"आता मला काय ठाऊक? मी गेले होते मीनावर कामाला? मोयाची वच्छलाबाय भेटली. तिचा पोरगा आणि पोरगी दोघं जातात कामाला—तर ती सांगत होती!"

शाणू मोठमोठ्यानं हसत म्हणाला, "दिवसाला पाच-सहा रुपये नव्हे मोगाबाय, आठ-धा रुपये."

"धा रुपये?" मोगाबाय बोटं मोडून हिशेब करू लागली.

"तो सांगतोय्; तू खरं मान!" भिकू म्हणाला.

"भिकू, तू एक नंबरचा अडाणी बघ! अरे, मीनावरचं काम म्हणजे तू शेतावरचं काम समजलास? मीनात सोनं पिकतं, सोनं! शंभर कामेऱ्यांना गोविंद खरंगटो धा-धा रुपये देणार आणि स्वत: दिवसाला धा-वीस हजार मिळवणार! त्याचं काय जातंय धा रुपये दिसवडा द्यायला?"

भिकू आणि मोगाबाय एकमेकांकडे टकामका पाहत राहिली.

"आहे का तुमची तयारी?" शाणूनं विचारलं, "मी सांगतो मिनेराला उद्या! भिकू, मोगाबाय आणि बकुळा— तीन माणसं!"

"ही कुठली जातेय, मीनावर? मुलुखाची नाजूक! शेतावरसुद्धा येत नाही कधी!"

"मग बकुळा?"

"छे! जाणत्या पोरीला खाणीवर पाठवायचं? लग्नाला आलेली पोर... शाणू, तू म्हणजे अगदी—"

"अरेच्चा! त्यात काय झालं? उद्या तर तिचं लग्न काढलेलं नाहीस?"

मोगाबाय हळूच बोलली, "वच्छलाबाईची मंजुळा नाही जात कामाला?" तिच्या मनात येत होतं. दोघांचे दिवसाला वीस रुपये झाले की! म्हणजे आठवड्याला किती? महिन्याचे किती?

"पण शाणू, मीनावरलं काम आम्हाला कुठं झेपतंय? शेतावरली कामं करण्यात आमचा जन्म गेला!" भिकूनं शंका काढली.

"मी सांगतो ते ऐक भिकू! उचलली जीभ, लावली टाळ्याला—असं नको करूस! आज मीनावर एवढे लोक काम करताहेत, त्यांना सवय होती कधी या कामाची? अरे, मीनाची खडी वेचायची. पाटी घेऊन ट्रक भरायचा. खडे निवडायचे, माती गाळायची! गुडघ्याएवढं पोरसुद्धा करील काम! तुला काय झालंय?"

भिकू विचारात पडला. इकडे-तिकडे पाहत चुळबुळ करीत राहिला.

"का रे भिकू, बोलत नाहीस?"

"मीनाच्या भानगडीत पडलो तर शेताचं काय होणार?"

"शेताचं?" मोगाबाय संतापून म्हणाली, "मोठा भाटकार लागून गेलाय् त्या कान्तुबाबसारखा! मर-मर मरायचं शेतात. वर्षभर धड पेजेचा निवोळा नाही मिळत! कासटी नवं लुगडं नाही घेता येत! माझ्या अंगावर बघा—बोंद्री साडी ठिगळं लावून नेसत्येय!"

"पुरे! फार बोललीस!" भिकू करवादला.

"कसला प्रपंच? ताज्या मासळीची चव घेऊन महिना झाला. पोरगी लग्नाची झाली. अंगावर गुंजभर सोनं नाही—लंकेची पार्वती!"

"पुरे गं मोगा! आता सगळं कशाला उगाळीत बसतेस?"

शाणू समजुतीच्या सुरात म्हणाला, "भिकू, तिचं बरोबर आहे! अरे, जन्मभर उपासमार काढायची आहेच! आलीय संधी; सोडायची कशाला? पोरगी गुरं राखते ना अजून? मीनावर गेली म्हणजे पैसे हातात खुळखुळतील तिच्या! दोघांचे पंधरा-वीस रुपये घरात येतील रोजच्या रोज! बायकोच्या, पोरीच्या अंगावर नवी झुळझुळीत कापडं... रोज चवदार मासळी! मोगाबाय पैसे साठवील. जमेल तसं गुंजभर सोनं घ्यायचं! काय? मग सांगू काय मिनेराला?"

भिकू काही बोलला नाही. खुरपं हातात खेळवत तो मुकाट बसून राहिला.

"तू सांग रे! त्याचं काही ऐकू नकोस." मोगाबाय म्हणाली आणि उठून गेली.

तरी भिकू काही बोलला नाही.

शेताचा तुकडा... त्यात तरारून उभी राहिलेली भाताची पाती... दाण्यांनी भरलेल्या लोंब्या... पिवळ्या तुसात उठून दिसणारी भाताची रास....

भिकूच्या डोळ्यांसमोर अनेक चित्रं तरळत होती. चित्रांची चित्रविचित्र सर-मिसळ... शाणू उत्साहानं काहीतरी सांगत होता. भिकूला काहीच ऐकू येत नव्हतं. शाणू बोलता-बोलता थांबला. मोगाबायनं त्याच्यासमोर गरम चहाचा कप आणि बशीत दोन उंडे ठेवले होते.

"मोगाबाय, हे कुठनं आणलंस?" शाणू खूश होऊन विचारू लागला.

"सगळी गाडगी शोधली. एक रुपया मिळाला. बाहेर जाऊन घेऊन आले उंडे आणि चहाची पूड! चहा-उंड्याची रूच काढून आला होतास. गरम-गरम घे. थंड चहाला चव नाही बघ." मोगाबायनं नवऱ्याकडे पाहून विचारलं, "तुला देऊ का अर्धा कप चहा?"

पण भिकूचं लक्ष नव्हतं. खाली मान घालून तो आपल्याच विचारात गढून गेला होता.

भिकूच्या खोपटाबाहेर शाणू पडला, तेव्हा दिवस चांगलाच वर आला होता. ऊन अंग भाजून काढत होतं.

उन्हाचा कहर चुकविण्यासाठी शाणू रस्त्याच्या कडेकडेनं निघाला. वाटेत भेटणाऱ्यांची चौकशी करीत तो मजेत, शीळ घालीत जाऊ लागला.

भिकूच्या घरची बैठक मनासारखी जमली होती. नरसूची खबर बरेच दिवसांत घेतलेली नव्हती. आता त्याच्या दुकानाकडे मोहरा वळवायला हरकत नव्हती.

"कोण? शाणूशेट? फॉर्त मरे?"

शाणूनं चमकून रस्त्याच्या दुसऱ्या बाजूला पाहिलं. ऑस्टीन आणि त्याच्याबरोबर कुणी एक अनोळखी माणूस.

रस्ता ओलांडून तो ऑस्टीनपाशी आला.

"कोण— ऑस्टीन? मुंबईहून कधी आलास?"

"काल रात्री."

"ज्योआकिम नाही आला?"

"नाही. वर्षभर भेटला कुठं तो मला?"

"कुठं असतो तो? त्याच्या घराचे नळे पार फुटून गेलेत. घर शिवायला पाहिजे, नाहीतर वाट लागेल घराची!"

"त्याला ठाऊक असेल की ते! मुंबईला एका हॉटेलात म्यानेजर आहे म्हणे!"

"म्यानेजर?"

"कोण जाणे—म्यानेजर की बटलर ते!"

शाणूनं त्या अनोळखी माणसाला आपादमस्तक न्याहाळलं.

"हा कोण पाहुणा?" त्यानं विचारलं. सिनेमातल्या हीरोसारखा दिसणारा तो तरुण शाणूला पाहताक्षणीच आवडला.

"हा माझा दोस्त इब्राहिम. इथं मीनावर सुपरवायझर म्हणून नोकरी मिळत्येय त्याला."

"वा! छान! इथंच राहणार?"

"थोडे दिवस माझ्या घरात राहणार. मग मीनापाशी राहायला जाणार. मिनेरानं त्याची तिथं सोय केलीय."

"तुझं काय? परत मुंबईला जाणार, की इथंच?"

"महिनाभर राहून मग परत जाईन."

"छ्या! परत कशासाठी जातोस? मुंबईला तरी काय पोट भरायला जायचं ना? इथं घरं उंदीर-घुशींच्या ताब्यात द्यायची आणि तिकडे बिळासारख्या घरात जन्म काढायचा—हे काही खरं नाही बघ ऑस्टीन! इथं आता मीन आलं; पोट भरायची व्यवस्था झाली. तुला मिळेल की नोकरी मीनावर— या तुझ्या दोस्ताला मिळाली तशी!"

"मिळेल! माझ्या मनात खूप आहे आपल्या गावी येऊन राहावं. पण मुंबईला घरकान्न नोकरी करते शाळेत. मुलं शिकताहेत. सगळा पसारा घेऊन इथं कसं येता येईल?"

"हां, तेही बरोबर आहे म्हणा!"

ऑस्टीन शाणूच्या खांद्यावर हात ठेवून म्हणाला, "शाणू, तू बरा भेटलास. आमच्या या दोस्ताची काळजी घे. सगळ्यांशी ओळख करून दे त्याची."

"त्याची चिंता नको! मुंबईहून काय आणलंयस मला?"

"पुष्कळ आणलंय. संध्याकाळी येतोस? खाऊ-पिऊ, मजा करू."

"हां—हां! येतो, नक्की येतो बघ!" शाणू उतावीळपणानं म्हणाला. ध्यानीमनी नसता आजची संध्याकाळ मजेत जाणार होती तर!

उन्हाची तिरीप चुकवीत नरसूच्या दुकानाजवळ शाणू थबकला.

उजव्या हाताचा पंजा कपाळावर आडवा धरून त्यानं आत नजर टाकली. उन्हामुळे डोळे दिपले होते. त्यामुळे सुरुवातीला काही दिसेना. मग हळूहळू दृष्टी उजल्यासारखी झाली. डोळ्यापुढलं धूसर चित्र हळूहळू स्पष्ट होऊ लागलं.

नरसूचं दुकान पूर्वीच्या मानानं अधिकच भकास दिसत होतं. बरण्या रिकाम्या होत्या. काचेची कपाटं पार फुटून गेली होती. आतल्या भागात जळमटं लोंबत होती. वह्या-पेन्सिलींच्या अस्ताव्यस्त ढिगावर धुळीची पुटं चढली होती. गुळाच्या ढेपेचे तीन-चार खडे पाघळून जमिनीवर पसरले होते आणि त्याभोवती मुंगळे गोळा झाले होते.

अंगात नुसती एक मेणचटलेली चड्डी अडकवून नरसू बिडी ओढीत बसला होता. त्याच्या छातीवरली हाडं मोजून घ्यावीत इतकी उठून दिसत होती आणि गालावर साचलेलं दाढीचं शेवाळ दुकानाच्या अवकळेत आपल्या परीनं भर टाकत होतं.

"नरसू, काय चाललंय? बरा आहेस ना?" शाणूनं आवाज चढवून विचारलं.

शाणूच्या आवाजानं अर्धवट झोपेत असलेला नरसू दचकून जागा झाला. डोळे चोळीत उत्तरला, "कसला बरा न् काय! शाणू, पार उपासमार चाललीय!"

“धंदा कसा चाललाय्?”

“चालतोय कसचा— पार बसलाय्!”

“गावातले बाकीचे दुकानदार खोऱ्यानं पैसा ओढताहेत; तुझीच का रे ही दशा?”

नरसूपाशी या प्रश्नाचं उत्तर नव्हतं. बिछान्याला खिळलेली त्याची बायको दिवसाला दहा वेळा कपाळाला हात लावून ‘नशीब-नशीब’ म्हणायची! शाणूच्या प्रश्नाचा त्या शब्दाशी संबंध असावा, असं त्याला क्षणभर वाटून गेलं. पण तो काही बोलला नाही. आपले निर्जीव डोळे त्यानं दुकानाच्या अंतर्भागावरून फिरवले आणि शाणूची नजर चुकवीत तो समोरच्या रस्त्याकडे एकटक पाहत राहिला.

“तुझी कुठं शेतवाडी आहे काय?”

“उंहू!”

“कुळागर वगैरे?”

“छ्या!”

“मग पोट कसं भरतोस बाबा?”

“सांगितलं ना—उपासमार चाललीय सर्वांची! पेजेला महाग झालोय!”

“किती दिवस असा उपास काढणार तू?”

यावर नरसू काही बोलला नाही.

“पोरगी कुठं आहे तुझी?”

“आहे की आत! तिच्यासाठी जीव तीळ-तीळ तुटतोय. नाहीतर आम्ही दोघांनी—” वाक्य अर्धवट सोडून त्यानं ओठावरून जीभ फिरवली.

“काय करणार होतात तुम्ही दोघं?”

“काही नाही—तसं काही नाही.”

शाणूनं सिगारेट बनवून नरसूपुढं केली. नरसूनं मान हलवीत मांडीखालचं विडीचं बंडल काढलं, तेही त्याच्यासारखं रोडावलेलं होतं.

“ओढ रे! रोज विडी ओढतोस. आज सिगारेट ओढ. चैन कर. हसायला शीक. असं हातापाय गाळून कसं चालेल?”

नरसूनं विडीचं बंडल पुन्हा मांडीखाली सरकवलं. डोळे मिटून एकाग्रपणे झुरके घेतले. मग तो उत्साहानं विचारू लागला, “शाणू, मीनावर काम मिळेल मला?”

“कसलं काम करणार तू? पाटी वाहणार, की माती गाळणार?”

“छे! ती कामं मला कशी झेपणार शाणू? हिशेबठिशेबाची कामं...”

“झालं! तू हिशेब ठेवणार! मग दुकानाची अशी परवड का झाली असती?

अरे, मिनेराकडे हिशोब ठेवायला चांगली शिकली-सवरलेली माणसं आहेत! आताच मला इब्राहिम भेटला. मुंबईहून आलाय् म्यानेजर म्हणून. तुझी डाळ शिजणार नाही तिथं!"

"नशीब—नशीब!" नरसूच्या तोंडून आपसूक शब्द उमटले. घरकान्नीनं ते शब्द उच्चारले की तो तिच्यावर खेकसायचा. आपल्या तोंडी आलेले हे शब्द तिनं ऐकले असते, तर काय म्हणाली असती ती?

शाणू पुढं झुकला. खासगी आवाजात म्हणाला, "नरसू, एक उपाय आहे. बघ तुला रुचतो तर—"

"कोणता रे?"

"मागं सांगितलं होता तुला."

"आता नाही आठवत."

"मुलीची मदत घे दुकान चालवायला."

"तेवढ्यानं धंदा पुन्हा उभा राहील?"

"उंहुं! तेवढंच नाही—दुकानाला जोडून दारूचं दुकान टाक. त्या बाजूला जागा मोकळी आहे. झाडून-पुसून घे. इथली दोन कपाटं तिकडे हलव. मी करीन मदत तुला दुकान सजवायला! हुर्राक, फेणी, रम, व्हिस्की— सगळं ठेव! दोन बाकडी टाक. मग बघ—भरपूर पैसा! मीनावरले गावडे, कुळवाडी दादूच्या ताव्हेर्नाकडे; झकपक गिऱ्हाईक तुझ्या बारकडे! रोख पैसा! उधारी-बिधारी सगळं बंद! विचार कर नरसू, पैसा मोजायला फुरसत मिळणार नाही बघ— आहेस कुठं!"

"दारूचं दुकान?" वरून पाल पडल्याप्रमाणं नरसूनं अंग काढलं. "आमच्या बापजाद्यांनी कधी केला नाही का धंदा!"

"तुझे बापजादे कधी राहिले होते उपाशी? तुझ्या बापजाद्यांनी कधी काढलं होतं दुकानाचं दिवाळं?" शाणूच्या कपाळावर आठ्यांचं जाळं पसरलं, "नरसू, विष्णुदास होते तेव्हा जेवायला उसंत मिळायची नाही त्यांना! तुझ्यासारखे जांभया देत..." शाणूनं आवाज खाली आणला. लहान मुलाची समजूत घालावी तसं तो म्हणाला, "नरसू, येतात कधी वाईट दिवस. परिस्थिती बदलते. आपल्यालाही बदलावं लागतं. अरे— एवढा बलाढ्य भीम, त्या कुठल्याशा राजाच्या घरी रांधायला नाही राहिला?"

नरसू काही बोलला नाही. तो तोंड उघडेल म्हणून शाणूनं थोडा वेळ वाट पाहिली. मग तोच म्हणाला, "नरसू, एवढं अवघड वाटून घ्यायला नको! गाळात अडकलायस् पुरता, म्हणून वर येण्याचा एक मार्ग सांगितला तुला! शेवटी तू आणि तुझं नशीब!"

शाणू उठला आणि जायला निघाला.

नरसू गडबडीनं म्हणाला, ''शाणू, बस ना! चहा तरी घे—''

''नको बाबा, आताच भिकूकडे घेऊन आलोय.''

''तसाच चाललास, काही न घेता?''

''गुळाचा खडा दे एक! तो पलीकडचा उचल. मुंगळ्यांनी तेवढाच एक खडा उष्टा करायचा ठेवलाय बघ!''

कुळागरातले पाण्याचे पाट केरकचऱ्यानं, वाळलेल्या पानांनी भरून गेले होते. पाणी ठिकठिकाणी अडत होतं. पाटातलं पाणी खळाळून वाहावं म्हणून पाटाची साफसफाई करण्यात म्हाबळूभट आणि रामनाथ गढून गेले होते. कुठं पाट पावसाळ्यात धुपून गेले, कुठं कोसळले होते. सकाळपासून बापलेक कंबर मोडून डागडुजी करत होते.

''दादा, तुम्ही विश्रांती घ्या म्हणतोय ना—मी करतो की काम! आधीच दमा आहे तुम्हाला. मातीचे कण पोटात गेले म्हणजे रात्रभर भिंतीला टेकून खोकत बसाल!'' रामनाथनं म्हाबळूभटांना तिसऱ्यांदा सांगितलं.

''पुरे रे दम्याचं कौतुक! तू काहीही म्हटलंस तरी कुडीत प्राण असेपर्यंत हात चालत राहणार माझे!'' म्हाबळूभट ताठ उभे राहिले. त्यांनी खोलवर श्वास घेतला. तेवढ्यानं त्यांची अशक्त छाती वर-खाली झाली.

''वय झालं तसं शरीर झिजणार दादा! मी एकटा समर्थ आहे सगळी कामं निभावून न्यायला! पडवीवर सुशेगाद बसा. हवं तर तिथून मला काय काय करायचं ते सांगा. हट्ट कराल, तर आजारी पडाल.''

''पडू दे रे! आता माझं काय राह्यलंय? तुला एक मुलगा झालेला पाहिला की डोळे मिटायला मोकळा झालो! आणखी काही इच्छा राहिली नाही माझी! पिंडाला कावळा शिवेल की नाही याची धास्ती नाही!''

''सकाळी का म्हणून असं अभद्र बोलता?''

''अभद्र कसलं? तुझी आई गेली तेव्हापासून मी अर्धामुर्धा मेल्यातच जमा आहे!''

म्हाबळूभटांनी पंच्याचं टोक वर खोवलं. खाली वाकून ते पुन्हा कामाला लागले.

''काय म्हाबळूभट, येऊ का? आहे का पाच मिनिटं सवड?'' कान्तु देसायानं हाक मारली. हातातली छडी फिरवीत तो आत आला.

''या काका! बरं झालं तुम्ही आत्ताच नेमके आलात— दादांना तेवढीच

विश्रांती!'' रामनाथनं तोंडभरून स्वागत केलं. पडवीकडे बोट दाखवलं.

दोघं पडवीवर येऊन बसले.

"हं! काय म्हाबळूभट, प्रकृती काय म्हणते?"

"उन्हाळ्याची वाट बघतोय! उन्हाळा आला म्हणजे दमा शांत असतो! पण आजकाल ऋतू वेळच्या वेळी येतात कुठं? उन्हाळ्यात पावसाळा, पावसाळ्यात थंडी! सगळं उलटंपालटं होऊन गेलंय... दिवस बदललेत.'' म्हाबळूभटांनी सुस्कारा सोडला. मध्येच वर पाहून हात जोडले. "माझं सोड; तुझं काय चाललंय सध्या?"

"आमचं काय असणार म्हाबळूभट? रामनवमीचं नाटक! यंदा 'संशयकल्लोळ' बसवावं म्हणतो.'' झुलपं मागं फेकली, मग दोन्ही पंजे केसांवरून फिरवून त्यानं केस चापून बसवले.

"मग आश्विनशेट कोण?"

"आणखी कोण? अस्मादिक!"

"रेवतीचं काय?"

"पोंबुर्प्याला माया म्हणून पोरगी आहे, तिला निरोप धाडलाय. पोरगी नवी आहे, पण गुणी आहे. आवाज चांगला आहे. मागं फोंड्याला रथसप्तमीला पाहिलं होतं तिचं 'स्वयंवर', तर 'मम आत्मा गमला' बालगंधर्वाच्या ढंगानं म्हटलं पोरीनं! आणि 'नरवर कृष्णासमान' गाताना कमाल केली तिनं! 'बहुत नृपती ते आले गेलेऽऽ आले गेले' म्हणताना खट्याळपणे मानेला असे झटके देत होती, की वा! यदुवरापुढं हे कसले यःकश्चित् राजे! त्यांच्या मानानं पत्त्यांतले राजे बरे!"

"वा वा! छान! मग फाल्गुनराव?"

"वा म्हाबळूभट, हा बरा तुमचा प्रश्न! सूनबाईला सांगू का आरसा आणून द्यायला? मग कळेल फाल्गुनराव कोण तो?"

"छे-छे! भलतंच! आता मला कसलं झेपतंय ते काम!"

"न झेपायला काय झालं? नक्कल तर तुमची तोंडपाठ आहे. सगळ्या ॲक्शन अंगात मुरल्या आहेत! 'परनार विषाचा प्याला—तू लागू नको त्या नादाला...' वा! म्हाबळूभट, बहार आणली तुम्ही त्या वेळी! गणपतराव बोडसांची आठवण येते. गोव्याबाहेर गेला असतात, तर नाव काढलं असतं! दुर्गी केळकर पुण्या-मुंबईला गेली. 'कुलवधू' गाजवलं. गिरिजाबाय गोव्यात राहिली, मागं पडली."

म्हाबळूभट तंद्रीत होते, आपल्यातच हरवले होते.

"कान्तुबाब, तुला आठवतं? रामनाथ चार-पाच वर्षांचा असेल. 'संशयकल्लोळ' केलं होतं आपण वैशाख पुनवेला देवीच्या उत्सवादिवशी. रेवतीचं काम करायला कुणी वेलिंगची पोरगी होती. पहिल्या प्रवेशात फाल्गुनराव घेरी आलेल्या रेवतीला

सावरतो. आठवतो ना प्रसंग? ती पोरगी अंमळ धीटच होती. खुशाल गळ्याभोवती हात टाकलेन्! मग काय? घरात संशयकल्लोळ नाटक आठवडाभर चालू होतं. कृत्तिका परवडली, असा संशय! रामनाथाच्या आईचा अबोला, माझा घुसमटमार! छे! काय भयानक अनुभव असतो! तुला ब्रह्मचाऱ्याला नाही कळणार!''

म्हाबळूभट तंद्रीत आहेत तेवढ्यात आपला मतलब साधता येईल, या हिशोबानं कान्तु देसाय म्हणाला, ''अच्छा! मग ठरलं तर...''

''ठरलं? काय ठरलं?'' म्हाबळूभटांनी डोळे विस्फारले.

''आपलं हेच—की रामनवमीला घेरी आलेल्या रेवतीला तुम्ही सावरणार. काय?''

''आणि मला ऐनवेळी दम्याची ढास आली की रेवतीला सावरायचं बाजूला राहील; स्टेजवर वेगळाच कल्लोळ सुरू होईल!'' म्हाबळूभट हसले. मग म्लान स्वरात म्हणाले, ''खरं सांगू का कान्तुबाब, कसला उत्साहच वाटत नाही आताशा!''

''का बरं? सगळं ठीक आहे की! आजोबा होणार आहात लवकरच.''

''ते सगळं छान आहे रे! पण...'' म्हाबळूभटांनी अंगणाकडे बोट दाखवलं, ''ते पाहिलंस अंगण? सूनबाई नेमानं सारवते. सडासंमार्जन करते. चांदण्यारात्री अंगाखाली सतरंजी घ्यायला नको—खुशाल ताणून द्यावी, इतकं चकचकीत न् निर्मळ अंगण.''

''पण अंगणाचा इथं काय संबंध?'' कान्तु देसाय गोंधळला. त्याच्या कपाळावर आठ्या उमटल्या.

''नीट काळजीपूर्वक बघ हे अंगण!''

''हां, लालसर दिसतंय, तेच म्हणतोय्स का तू!''

म्हाबळूभट उठले. अंगणात अनवाणी पायानं एक फेरी मारून परत आले. पडवीच्या खांबाला धरून उभे राहिले. ''पाहिलंस कान्तुबाब! माझी पावलं त्या तांबड्या धुळीत कशी स्पष्ट उमटली आहेत ती! अरे, चार दिवसांपूर्वी सूनबाईनं पापड वाळत घातले सकाळी— दुपारी सगळे पापड लालभडक! फेकून द्यावे लागले!''

''पण आताच अशी धूळ येण्याचं काय कारण बुवा?''

म्हाबळूभट विषण्ण हसले. ''कान्तुबाब, तू नुसती नाटकंच कर! आजूबाजूला काय चाललंय, याची पर्वा नको करूस!''

''काय चाललंय बुवा? खरंच लक्षात आलं नाही माझ्या!'' कान्तु देसाय वरमला.

''हे ट्रकचे आवाज ऐकलेस? धाड्धाड् करत जाणारे अवाढव्य ट्रक! जमीन

हादरत्ये नुसती भूकंप झाल्यागत! आमच्या कुळागराला लागून रस्ता काढलाय त्यांनी! खाणवाल्यांकडे पैसा मुबलक! वंगण भरपूर असलं की चक्रं भराभरा फिरतात! महिन्याभरात पक्की सडक बांधली त्यांनी. मी बांधापलीकडच्या टीचभर जागेसाठी सरकारकडे अर्ज करून कितीतरी वर्षे झाली... अजून पत्रव्यवहाराचा घोळ चालू आहे! तर सांगायचं कारण, सकाळपासून रात्रीपर्यंत ट्रकची ये-जा चालू असते! ती मिरीची वेल बघ, पानवेल पाहा—पानं लालभडक झाली आहेत! ती शिरवदलाची पांढरीफेक पानं पाहा—धुळीचा केवढा थर बसलाय त्यावर! सगळं सौंदर्य नष्ट झालं वेलीचं!''

म्हाबळूभटाबरोबर कान्तु देसाय कुळागरात फेरी मारत होता. त्याच्या तक्रारी मुकाट्यानं ऐकत होता.

पडवीवर दोघं परत आले, तेव्हा ऊर्मिला शिऱ्याच्या बशा घेऊन आली. पाण्यानं भरलेला तांब्या तिनं दोघांपुढे ठेवला.

कान्तु देसाय चवीनं शिरा खाऊ लागला.

म्हाबळूभटांनी न राहवून विचारलं, ''तू काही बोलत नाहीस कान्तुबाब? मी म्हणतो, ते तुला पटलेलं दिसत नाही?''

कान्तु देसायानं केसांच्या झुलपांवरून हात फिरवला. मग तो म्हणाला, ''म्हाबळूभट, लाल मातीचे थर पानांवर बसले म्हणून काही बिघडत नाही! पणजीहून फोंड्याला गेला नाहीत कधी? मंगेशीचा चढ चढताना दोन्ही बाजूंना पाहिलंत? काजूची, आंब्या-फणसाची झाडं धुळीनं माखलेली असतात! झाडं काही मरत नाहीत त्यामुळे!''

म्हाबळूभटाचा आवाज नकळत वर चढला. ''अहो पण आश्विनशेट, ती धूळ निरुपद्रवी— त्यामुळे झाडांना इजा नाही पोचत! तसली धूळ परवडली! ही धूळ नीट बघ. या धुळीत लोखंडाचे कण आहेत! माडाखाली, पोफळीखाली लोखंडाच्या कणांचे थर साचले ना, तर झाडं अशक्त होतील! पायातनं वारं गेल्याप्रमाणं खचून जातील! फळं द्यायची शक्तीच नष्ट होईल!''

''कुणी सांगितलं?''

''कुणी सांगायला कशाला पाहिजे? मला अडाण्याला हे माहीत आहे अन् चार इंग्रजी बुकं शिकलेल्या रामनाथलाही हे ठाऊक आहे!''

कान्तु देसाय हसत म्हणाला, ''म्हाबळूभट, साप-साप म्हणून उगाच तुम्ही भुई झोडपताय! रागावू नका, पण हे तुमच्या मनाचे खेळ आहेत सगळे! काल्पनिक संकटं उभी करायची सवयच आहे आपल्या गोयंकरांना! खाणीमुळे आपला गोवा समृद्ध होतोय्, लोकांना चांगला कामधंदा मिळतोय, लोकांची परिस्थिती सुधारतेय...

हे नाही तुमच्या ध्यानात येत! कुठं थोडी धूळ उडाली, झाडांची पानं लालभडक झाली म्हणून केवढा गहजब! म्हाबळूभट, एक सांगतो—कमरेची कासटी भिजल्याशिवाय ताजी मासळी हाताला लागत नाही! काठावर सुशेगाद बसून राहिलो, तर उपाशी राहायची पाळी येईल!''

''आजपर्यंत लोक उपाशी राहिले? दोन वेळेची पेज सगळ्यांना मिळत होती की! खाणीमुळे जादा पैसा हाती आला, म्हणजे चैनी वाढणार! बाकी शून्यच!''

''तुम्ही चिंता करू नका. तुमच्या नारळा-सुपारीला भाव येणार... फणस, आंबे भांगराच्या मोलानं खपणार आणि काजूगर हिऱ्यामाणकांच्या तोलानं—''

''कान्तुबाब, याचीच भीती वाटते रे मला! लोक आंबा जून होऊ देणारच नाहीत. भरपूर अगळ दिलेली आमसुलं दुर्मिळ होतील आणि गोयची नवी पिढी कोवळ्या काजूगराला पारखी होईल! पण—पण हे सगळं मुळात पिकलं तर... नाही तर-नाही तर—'' आणि बोलता-बोलता म्हाबळूभटांना दम्याची उबळ आली. त्यांना बोलणं सुधरेना. नुसते हातवारे करीत ते किती तरी वेळ जागच्या जागी थरथरत राहिले.

रामनवमीला 'संशयकल्लोळ' उभं राहिलंच नाही. आश्विनशेट-रेवती तयार होती. बाकीची पात्रं जमवता-जमवता पाडवा उजाडला. कान्तु देसायानं दुलबा घाड्याला, राणू नायकाला, सूर्या वेळीपला निरोप पाठवले. पण तालमीला कुणी फिरकलंच नाही!

रामजन्माचा सोहळा पार पडला—पण तोही कसाबसा, निरुत्साही वातावरणात!

कान्तूनं नेहमीप्रमाणं पुढाकार घेऊन हरदास बोलावला. कीर्तन घडवून आणलं, सुंठवडा वाटला. पण राहून-राहून त्याला एका गोष्टीचं नवल वाटत होतं—रामजन्माला नेहमीसारखी झुंबड कशी नाही? शेतातली कामं बाजूला सारून, वेळात वेळ काढून गावकरी मंडळी दत्त मंदिराच्या परिसरात असलेल्या रामाच्या देवळात गर्दी करायची. पण पोरांटोरां आणि जख्ख म्हातारे लोक सोडले, तर उत्सवाकडे कुणी वळलं नाही.

असं कधी घडलं नव्हतं! पातेलंभर उरलेल्या सुंठवड्याचं काय करायचं, असा प्रश्न कधी पडला नव्हता.

देवळासमोरच्या पेडावर खाकी हाफपँटीमधला शाणू कॅनव्हासचे बूट घातलेले आपले पाय हलवीत शांतपणे सिगारेट पीत होता. कान्तु देसायानं त्याला गाठलं.

''भाटकार, उत्सव चांगला झाला. गंमत आली.'' शाणूनं सिगारेटचा धूर सोडीत जाहीर केलं.

"कसली गंमत शाणू? लोकांचा कुठं पत्ता आहे? तरुणमंडळी गेली कुठं?"

"गेली असतील पोटाच्या मागं! उत्सवासाठी इथं वेळ आहे कुणाला? दिवसेंदिवस जगणं कठीण होतंय भाटकार! अंग मोडून काम केल्यावाचून सुटका नाही!"

"तू वेळ काढलास, ते बरं झालं!"

"मला काय—मी पेन्शनर माणूस. दिवसभर रिकामा! आता हनुमान जन्माला पाहा, पहाटे उठून हजेरी लावतो. मिलिट्रीतली सवय आहे. बिगुल वाजला की लेफ्ट-राईटला तयार!"

"शाणू, विठू दिसला कुठं तुला?"

"विठू? नाही बुवा!"

"आणि साळू? त्याची बायको?"

"तीही कुठं नाही दिसली!"

"रामजन्म चुकवत नाहीत कधी!"

"हूं! पण यापुढं कठीणच आहे त्यांना!"

"का म्हणून?"

"मीनावर सकाळी उठून हजेरी लावावी लागते भाटकार."

"म्हणजे? विठू मीनावर जातो?"

"साळूसुद्धा!"

"खरं सांगतोस?"

"खोटं सांगायचं काही कारणच नाही!"

"पण मला कसं सांगितलं नाही त्यांनी?"

"नसेल सांगितलं. दोन-चार दिवसांत तर जायला लागलीत. सांगतील आज-उद्या. आता शेतावर कामंही नाहीत फारशी!"

"नाहीत कशी? चवळी—आळसान्ने आहेत, मिरच्या आहेत. रामनाथनं भाज्यांचे वाफे तयार केले आहेत—"

"ठेवला असेल कुणी शेत राखायला!"

कान्तु देसाय गप्प राहिला. हातातल्या छडीनं जमिनीवर प्रहार करीत तो विचार करू लागला.

सिगारेटचं थोटूक बुटाखाली विझवीत शाणू म्हणाला, "भाटकार, तू काळजी नको करूस! पावसाळ्यात मीनाची कामं बंद असतात. पावसाळा सुरू झाला की तुझा भागेली पुन्हा बघेल शेताकडे!"

"शाणू, तू शहाणपणा सांगू नकोस मला!" कान्तु त्रस्त मुद्रेनं म्हणाला,

"पाऊस सुरू झाल्यावर शेतीची कामं करायची? उन्हाळ्यात सगळी पूर्वतयारी करावी लागते, हे तुला काय ठाऊक नाही?"

"मला कुठं ठाऊक असणार? शेती कुठं केलीय मी?"

कान्तु देसाय खांदे उडवीत उदगारला, "वा रे वा! लग्न नाही केलंस माझ्यासारखं, म्हणून उघडी बाई कधी पाहिली नाही—असं म्हणशील! तुझी नाळ पुरलीय इथं दत्तवाडीत. अर्धं आयुष्य इथल्या तळ्याच्या पाण्यावर गेलं तुझं! भाट, कुळागरं जन्मापासून पाहतोयस की!"

"तेही खरंच!" शाणूनं दोन्ही हात वर फेकून आळस दिला. मग म्हटलं, "भाटकार, घरी जाऊन चुलीत लाकडं खुपसायचा कंटाळा आला! तुझ्या घरी शीतकढी केली असली, तर खाऊ म्हणतो गोळाभर!"

"रामनवमीला माझा उपवास असतो शाणू! घरी अन्न शिजलेलं नाही. पण चल माझ्याबरोबर! तुझी उत्तम व्यवस्था करतो. भर दुपारच्या वेळी भुकेल्या माणसाला उपाशी ठेवायची आमच्या घराण्याची रीत नाही शाणू!"

रात्री कान्तु देसाय विठूच्या खोपटीत शिरला, तेव्हा विठू बाहेरच्या खोलीत पाय ताणून बसला होता आणि साळू आता स्वयंपाकघरात होती. फेणीचा आंबूस वास खोलीभर दरवळत होता. भाटकाराला पाहून विठू गडबडीनं उभा राहिला. कोपऱ्यातील हातरी जमिनीवर पसरीत बोलला,

"भाटकार, तू स्वत:? या वेळी?"

"मुद्दाम आलो—रामनवमीचा प्रसाद घेऊन."

"आज रामनवमी होती, नाही का?" विठू ओशाळला.

"छान! तेही तू विसरलास की काय? आजपर्यंत तू, तुझ्या घरकान्नीनं रामनवमी कधी चुकवली नाही. आज विसरलास म्हणून आला नाहीस, की आणखी काही कारण?"

विठू गुळमुळत म्हणाला, "गावात नव्हतोच ना आम्ही दुपारी!"

"कुठं गेला होता? डिवचलीला—पंढरीकडे?"

भाटकाराच्या डोळ्याला डोळा भिडवण्याचं विठूला धैर्य झालं नाही. खाली मान घालून तो हळूच म्हणाला, "मीनावर गेलो होतो कामाला! मी आणि साळू, दोघंही!"

"मीनावर? कधीपासून जायला लागलास मीनावर?"

"झाले आठ दिवस."

"मग बोलला नाहीस मला?"

"सवडच मिळाली नाही. सकाळी जावं लागतं. घरी येईपर्यंत दिवस बुडतो."

"हो ना! आणि पुन्हा ताव्हेर्नावरून यायचं—"

"ते तर आहेच!"

"मीनावर काम करून खूप दमायला होत असेल? किती कप फेणी लागते हल्ली?"

विठूनं उत्तर दिलं नाही. मधल्या दारात साळू उभी होती. तिच्याकडे त्यानं नजर वळवली.

"भाटकार, च्या करू कपभर?" साळूनं विचारलं.

"नको, पाणी दे पेलाभर."

साळू आत जाऊन पाण्याचा पेला घेऊन बाहेर आली. पेला आणि शेव-कांडीचा लाडू तिनं कान्तूपुढं ठेवला.

लाडूचा तुकडा तोंडात टाकून कान्तुबाबनं विचारलं, "शेताचं काय करणार तू विठू?"

"भाटकार, खरं सांगू का? शेतावर काय मिळतं आजकाल? आपलं स्वत:च्या मालकीचं शेत असेल तर गोष्ट निराळी! माझ्यासारख्या भागेल्याची नुसती परवड! भाटकाराच्या शेतात मर-मर मरायचं... निम्मं पीक भाटकाराच्या पदरात टाकायचं."

"निम्मं पीक? विठू, आजपर्यंत तुझ्याकडून घेतलंय कधी निम्मं पीक? अरे, जो काही वाटा तू खुशीनं दिलास, तो खुशीनं घेतला. कधी खळखळ केली नाही. शेतीसाठीच काय—पण स्वत:साठी तू ज्या-ज्या वेळी पैसे मागितलेस, त्या-त्या वेळी दिले. परत कधी मागितले नाहीत. पैशाचा कधी हिशोब ठेवला नाही. केळ्याचा पहिला घड तुझ्या घरी पोचता केला—फणसाचे कुंवले भाजीसाठी."

कान्तुबाबा बोलता-बोलता थांबला. "जे दिलं, त्याचा कधी उच्चार करू नये विठू; पण आज तू मला बोलायला लावलंस बघ!" तो पुटपुटला. समोरच्या सारवलेल्या जमिनीतल्या खोलगट भागाकडे पाहत राहिला.

विठू आज असं कसं बोलला? ही भाषा त्याची नव्हती खास! कुणी शिकवलं त्याला असं परकेपणानं बोलयला? शेतीवर मुलासारखी माया करणारा हाच तो विठू? शिवरामबाब आजारी असताना त्याच्या उशाशी चोवीस तास जागत बसणारा विठू हाच? एक वेळ आपण झोपायचो—पण विठूचे डोळे टक्क उघडे! शिवरामबाब गेले, तेव्हा त्यांच्या शरीरावर पडून ओक्साबोक्शी रडत होता तो! इतका, की त्याचं सांत्वन करायची वेळ आपल्यावर आली! त्याला आपण नेहमीच घरातला मानला. सणासुदीला त्याचं पान आपल्या पंगतीत असायचं. अडीअडचणीला

पाठीशी भावासारखे उभे राहिलो आपण. भाटकर-मुंडकार हे नातं नव्हतंच आपल्यात कधी आणि आता म्हणतो, 'भाटकाराच्या शेतात मर-मर मरायचं. माझ्यासारख्या भागेल्याची नुसती परवड!' इतक्या वर्षांचे संबंध... त्यातून हेच निष्पन्न झालं? ऋणानुबंधाचं हेच फलित? इतकं रूक्ष, इतकं व्यवहारी?...

कान्तूनं समोरच्या पेल्यातलं पाणी घटाघटा पिऊन टाकलं.

"तू म्हणतोस ते सगळं पटतं भाटकार!" विठू खाली पाहत म्हणाला, "पण मीनावर रोख पैसे मिळतात—दर आठवड्याला पैसे हाती पडतात. माझे वेगळे, साळूचे वेगळे! पंढरी डिवचलीला शिकतोय त्याला पैसे आणि हो, माझ्या मागं तो कुठला येतोय तुमचं शेत रोवायला!"

"विठू, पंढरीचं मला सांगू नकोस. माझा संबंध तुझ्याशी! तुझ्या चार पिढ्या आमची शेतं कसताहेत!"

"आता दिवस बदलले भाटकार! सगळीकडे महागाई! हातात रोख पैसे असल्याशिवाय आज नरसू वाणी पसऱ्यासमोर उभा नाही करीत!"

"अरे, पण विठू—"

"भाटकार, दत्तवाडीजवळ खाण आली. आपल्या दारात लक्ष्मी आली. तिला लाथाडायची? भाटकार, तुला दुसरा भागेली मिळेल. शेत नापीक राहिलं एक-दोन वर्षं, तर तू उपाशी पडणार नाहीस. आमच्या आयुष्यातले चार दिवस राहिलेत—सुखात काढता येतील... दत्तमहाराजांच्या कृपेनं!"

कान्तूला आठवलं— मागं आपण म्हाबळूभटांना हेच सांगत होतो की! खाणीमुळे लोकांना कामधंदा मिळेल, गावात सुबत्ता नांदेल, लोकांची राहणी सुधारेल! विठू तरी दुसरं काय सांगतोय?

एकाएकी कान्तुबाब उठला. छडी फिरवीत बाहेर आला. काळोखात आपल्या घराची वाट शोधू लागला.

दिवसभर तळपत्या उन्हात काम करून बकुळा थकून गेली होती.

पाटी घेऊन ट्रकमध्ये दगड भरायचं काम! लोखंडाच्या कणांमुळे जड झालेले लाल दगड माथ्यावरून वाहताना शरीर थकून जाई, पायात पेटके येत. आसपास कुठंच सावली नव्हती. झाडाचं एखादं पानसुद्धा नजरेच्या टप्प्यात येत नव्हतं. नुसता उघडा बोडका माळ. वर पाहिलं की भोवळ यायची. बधिरलेल्या मनानं दिवसभर पाट्या वाहत राहायचं. तास न् तास. पाणी प्यायला उसंत मिळायची नाही. काम संपल्याचा भोंगा कधी होतो, असं होऊन जायचं.

दिवस मावळतीकडे झुकला तशी बकुळा मोकळी झाली. तिनं केसांत

माळलेला सुरंगीचा वळेसर बावून गेला होता. पोलकं पाठीला घट्ट चिकटून बसलं होतं. दोन्ही काखांखाली घामाची भली मोठी वर्तुळं दिसत होती. परकराला काच मारून तिनं त्याभोवती टुवाल गुंडाळलेला होता. टुवाल काढून तिनं तो कपाळावरून, गळ्याभोवती खसखसून फिरवला. दोन्ही कानशिलांवर चिकटलेल्या बटा सैरभैर झाल्या. भुरूभुरू उडू लागल्या. टुवाल कमरेभोवती वेढून बरोबरीच्या मैत्रिणींसह ती घराकडे निघाली.

"बकुळे, सांभाळून बरं का! मुकादम तुझ्यावर भलताच खूष आहे." कस्तुरी डोळे मिचकावीत उद्‌गारली.

"खूष? का म्हणून?"

"तुझ्याकडे पाहत होता टक लावून—"

बकुळा उसळली, "डोळे फुटले त्या निलाजऱ्याचे! केस पिकले तरी मुलींकडे पाहतो मेला!"

"या मुकादमाला कामेऱ्या म्हणजे दौलत वाटते आपल्या मालकीची! हंसा परवा रडत होती. काय झालं विचारलं, तर मुकादमानं पाठीवर थाप मारली आणि मागं कमरेला चिमटा काढला म्हणे!"

"हंसा गप्प बसली?"

"काय करणार बिचारी? फार ओरड केली तर उद्यापासून काम बंद करायचा! बाप आजारी, हंसा विड्या वळून दोन पैसे मिळवायची. दोन-दोन दिवस उपास काढायची म्हणे! मीनावर नोकरी मिळाली म्हणून शीतकढी मिळते तिला!" कस्तुरी म्हणाली.

"म्हणून काय मुकादमाची अंगलट सहन करायची?"

"बकुळे, तुला बोलायला काय होतं! उद्या तुझ्यावर वेळ आली की काय करतेस, ते बघू ना!" दुर्गी म्हणाली.

"अगं, फार वाट पाहायला नको."

बकुळेनं चिडून विचारलं, "म्हणजे गं काय कस्तुरी?"

"बकुळे, महिन्याभरात तू किती वेळा उशिरा आलीस? मुकादमानं तुला घरी परत पाठवलं नाही, ते उपकार समज! तुझ्यावर खूष आहे ना, म्हणून!"

"असेल. मला पर्वा नाही त्याची!"

"उद्या त्यानं तुला कुठं चिमटा-बिमटा काढला आणि तू त्याला फट्‌दिशी उलटून बोललीस, तर सरळ तुला घरी पाठवायचा! तुला आणि तुझ्या बापाला— आहे ठाऊक?"

यावर काही न बोलता बकुळा चालत राहिली.

खाणीवर काम करायची तिला इच्छा नव्हती. भिकूनं खूप आग्रह केला म्हणून ती कशीबशी तयार झाली. गुरं राखायला जाणं तसं सुखाचं होतं. मन मानेल तेव्हा जाता येई. कुठंही सावलीखाली बसता येई. कुणाचं बंधन असं नव्हतं. खाणीच्या वेळा सांभाळणं, भर उन्हात कष्ट करणं त्रासदायक होतं. पहिले आठ-दहा दिवस कठीण गेले. काम सोडून द्यावं, असं शंभरदा मनात आलं.

मग हातात पैसा खेळू लागला. कधी नाही ती ताजी मासळी पोटभर मिळू लागली. अंगात चांगले-चुंगले कपडे घालता येऊ लागले. तीन-चार महिन्यांत तिनं साठवलेल्या पैशातून आईनं तिच्यासाठी चांदीची जोडवी आणली... तिच्या गोऱ्या बोटांत ती किती शोभिवंत दिसत होती!

मुकादम दुरून पाहतो म्हणे. पाहीना का! अंगाला भोकं पडत नाहीत! अंगचटीला आला तर पाहता येईल! त्याचं शत्रुत्व पत्करणं आपल्याला परवडण्यासारखं नाही!

"बकुळे, उद्या काय आणणार दुपारचं खायला?" कस्तुरी विचारत होती.

"काय आणू?" बकुळेनं प्रश्न केला.

"तिसऱ्याचं सुकं आण—तुझी आई छान करते सुकं!"

कस्तुरी आपल्या गावाकडे वळली. दहा-वीस पावलांनंतर दुर्गी आपल्या वाटेला लागली.

एक कोकणी कातार गुणगुणत बकुळा डोंगराच्या वाटेनं आपल्या घराकडे निघाली. चढती होती, पण वाट तिच्या पायाखालची होती. जवळची होती. डोंगराला टेंगुळ आल्याप्रमाणं दिसणाऱ्या एका खडकाला वळसा घालून ती उताराला लागली आणि ध्यानीमनी नसताना पंढरी आडवा आला.

"पंढरी, तू?" ती दचकून म्हणाली, "इथून कुठून उगवलास एकदम?"

"तुझ्या मागं-मागंच होतो. तुझं लक्ष होतं कुठं? मैत्रिणीशी गप्पा मारण्यात गुंगून गेली होतीस पुरती!"

"म्हणजे? पंढरी, तू किती वेळ—"

"तसा दुपारीच आलो होतो मी मीनाकडे! लांबून तुला पाहत होतो काम करताना!"

"मग तिथं नाही भेटलास?"

"कामात होतीस. उगाच त्रास कशाला तुला? म्हणून नाही भेटलो!"

पंढरी बोलताना हळूच तिच्या गुडघ्याकडे, पोटऱ्यांकडे पाहत होता. बकुळेच्या ते ध्यानात आलं. कमरेभोवतीचा टुवाल काढून तिनं त्याची चुंबळ केली. काचा काढून परकर खाली सोडला. पोटऱ्या झाकून टाकल्या. हे सगळं सहज केल्यासारखं

दाखवीत तिनं विचारलं—

"आलास कधी तू डिवचलीहून?"

"सकाळीच! तुझ्या घरी गेलो, पण तुझा पत्ता होता कुठं? गुरं कुठं सोडलीस?"

"राखण्याकडे दिली राखायला. तो तुळशीराम आहे ना, त्याच्याकडे—"

"हूं! तू आता तालेवार झालीस."

"मीनाकडे कधी पोचलास?"

"जेवलो आणि निघालो—" तिच्या बकोटीला धरून पंढरी म्हणाला, "तळ्याकडे चल—तिथं बसू थोडा वेळ जांभळीच्या झाडाखाली."

हात मोठ्या कष्टानं सोडवून घेत बकुळा उद्गारली, "नको, उशीर होईल! आई वाट पाहत असेल! अंग चिकचिकलंय. कधी एकदा गरम पाण्यानं न्हाते, असं झालंय! तू पाहिलंच असशील दुपारभर कामानं मी किती बेजार झाले होते ते!"

पंढरीनं तीव्र स्वरात विचारलं, "सांगितलं कुणी मीनाचं काम करायला?"

"कुणी म्हणजे?"

"बकुळा, तुझं हे मीनावर जाऊन काम करणं मला बिलकुल पसंत नाही!"

"आवयूस! पंढरी— अजून नवरा नाही झालेला तू माझा!"

"आज नसेन; उद्या होईन."

"तेव्हा ऐकेन तुझं!"

"फार चुरूचुरू बोलायला लागलीस आज? उन्हात काम करून जीभ तापते काय माणसाची?"

"खरं सांगू तुला? माणसाच्या हाती पैसा खेळायला लागला, की जीभ सैल होते त्याची!"

"चार दमड्यांसाठी करतेस तू हे काम?"

"मग काय, खाणमालकावर उपकार करण्यासाठी? पंढरी, तुझे आई-बाप नाही जात कामाला? कशासाठी जातात?"

"बकुळे, वाद नको. पण दुपारी तुला काम करताना पाहिलं—मस्तक भणाणून गेलं माझं! हे तुझं अर्धं अंग उघडं टाकणं, छाती पुढे काढून माथ्यावर पाट्या ठेवणं, पोलकं अंगाला डसणं! बकुळा, मीनावर कसले मवाली कामावर येतात याची तुला कल्पना नाही! तो मुकादम, ट्रकचे-डंपरचे ड्रायव्हर वखवखलेल्या नजरेनं पाहत होते तुझ्याकडे—बाकीच्या पोरींकडे! रक्त सळसळायला लागलं माझं! वाटलं, तुला घरी घेऊन जावं; येत नसलीच, तर फरफटत ओढत न्यावं!"

पंढरीच्या डोळ्यांत रक्त उतरलं होतं.

बकुळानं चमकून पंढरीकडं पाहिलं. मग ती खाली मान घालून मुकाट चालू

लागली.

"मग? काय ठरलं तुझं?" पंढरीनं विचारलं.

"कशाबद्दल?"

"काम सोडण्याबद्दल! मीनावरलं काम सोडणार की नाही? मला स्पष्ट उत्तर हवं तुझ्याकडून!"

"सोडीन ना— पण एका अटीवर!"

"अट? कसली अट?"

"महिन्याला मला डिवचलीहून दोनशे रुपये पाठव, मग बघ घरी बसते की नाही ते! मला तरी काय उन्हात राबायची, पाट्या टाकायची हौस आहे? अंग कोळपून गेलं दोन महिन्यांत! संध्याकाळी अंग किती दुखून येतं, ते मलाच माहीत!"

"मला चिडवतेस काय? नोकरी लागली की मग पाहशील!"

"तोवर काम करू दे की मला!"

"पैशाचा मोह फार वाईट, बकुळा!"

"तुझ्या आई-बापाला का नाही सांगत हे? शेतात भागेली आहे तुझा बाप! शेताची ना खणणी झालेली, ना शिंपणी! भाटकार बिचारा घरी खेपा टाकतोय— भेटतोय कुठं तुझा बापूस त्याला?"

पंढरी गंभीरपणे बोलला, "खरं सांगू का तुला बकुळा? मी त्याचसाठी आलो डिवचलीहून आज, बाबाला सांगायला—मीनावरलं काम सोड. आजवर केलं तसं शेतीचं काम कर म्हणून! माझं काही खरं नाही. मी शेती करीन असं नाही, पण तू तरी या वयात भाटकाराला सोडू नकोस."

बकुळा चालता-चालता थांबली.

"पंढरी, एक सांगू? तुझ्या आई-बाबानं मीनावर जायचं बंद केलं ना, की त्याच दिवसापासून मीसुद्धा काम सोडीन! दत्तम्हाराजाची शपथ!"

पंढरी जांभळीच्या झाडाखाली पाय सोडून विमनस्कपणे बसला होता.

मागं कधीतरी त्यानं दोन मोठाले पसरट दगड झाडाखाली टाकले होते. पावसाच्या माऱ्यानं ते खालच्या भुसभुशीत जमिनीत घट्ट रुतून बसले होते. वळचणीत एकमेकांना बिलगून बसणाऱ्या पाखरांप्रमाणे तो आणि बकुळा त्या जागी किती तरी वेळा बसली होती. गप्पा मारताना, एकमेकांच्या खोड्या काढताना वेळ कसा गेला— हे कळत नसे. जांभळीच्या सावल्या दूरवर पसरल्या की त्यांना मनाविरुद्ध उठावं लागे. कधी भांडण झालं आणि आपापसांत न बोलायचं ठरवून ती संध्याकाळी घराकडे परतली तरी दुसऱ्या दिवशी गुरं चरायला सोडून दोघं नकळत तिथं जायची.

आदल्या दिवशी भांडल्याचं दोघांच्या लक्षातही राहायचं नाही.

आज प्रथमच पलीकडच्या दगडावर बकुळा नव्हती. तो दगड आणि तो परिसर कसा अगदी ओकाबोका दिसत होता!

आणि आज प्रथमच बकुळा त्याच्याशी तोडून बोलली होती! बकुळा इतक्या उद्धटपणानं वागेल, हे त्याला स्वप्नातही खरं वाटलं नसतं!

डिवचलीला एक दिवस असा गेला नाही, की ज्या दिवशी त्याला तिची आठवण झाली नाही! पहाटे जाग आल्यावर पहिल्यांदा त्याच्या डोळ्यांपुढं यायची तिची मूर्ती! वेगवेगळ्या रूपांतली, रागावणारी, रुसणारी, हसता-हसता लाजणारी. शिरगावच्या जत्रेत तिची भेट झाली, तेव्हा ती वयात आल्याची जाणीव प्रथम त्याला तीव्रतेनं झाली होती आणि त्यानंतर तिची आठवण त्याला अधिकच छळू लागली. काहीतरी निमित्त काढून दत्तवाडीला यावं आणि तिला भेटून लगोलग परतावं, असं पुन:पुन्हा त्याच्या मनात येई. मोठ्या निग्रहानं तो आपल्या मनाला आवर घाली.

मामा 'जाऊ नको' म्हणत असताना तो आज शाळा चुकवून डिवचलीहून आला आणि मग आलो नसतो तर बरं झालं असतं, असं त्याला होऊन गेलं! दुपारी मीनावर जाऊन बकुळेला अर्धा दिवस सुट्टी घ्यायला लावावी आणि संध्याकाळपर्यंत जांभळीखाली बसावं, असा त्याचा बेत होता. केवळ तेवढं मनात ठेवून तो दत्तवाडीला आला होता. पण कामात गुंतून गेलेल्या बकुळेला पाहून त्याचा उत्साह मावळला. पाट्या उचलायचं कष्टाचं काम ती हसत-खिदळत, मजेत करत होती. कामात रंगून गेलेल्या बकुळेला हाक मारणं त्याच्या जिवावर आलं. पाटीतला दगड तपासून पाहायच्या मिषानं मुकादमानं एकदा तिच्या छातीला ओझरता स्पर्श केला, हे त्यानं लांबून पाहिलं आणि त्याच्या अंगाचा भडका उडाला. एरवी बकुळा एखाद्या डिवचलेल्या नागिणीसारखी फुत्कारली असती. पण जणू काही झालंच नाही, अशा तऱ्हेनं ती मुकाट्यानं काम करीत राहिली, ते पाहून त्याचं मस्तक सुन्न झालं. चार दमड्यांसाठी माणसाचा संताप बोथट होऊ शकतो? स्त्रीची लाजलज्जा गळून पडते?

चार घटका एकत्र बसण्यासाठी आपल्याला तिची एवढी अजीजी करावी लागावी? आणि तिनं खुशाल नाक उडवून आपल्याला नकार द्यावा? शिरगावच्या जत्रेत आपण होऊन आपल्या मिठीत गोळा होणारी हीच का बकुळा? आपल्या पायात काटा टोचला तेव्हा व्याकूळ होणारी, डिवचलीहून आल्यावर लगेच भेटलो नाही म्हणून फुरंगटणारी ती बकुळा हीच? विश्वास बसणार नाही असा बदल तिच्यात घडून आला तरी कसा?

विचार करकरून पंढरीचं मस्तक फुटून जायची वेळ आली.

अंधार पडू लागला. समोरची झाडं दिसेनाशी झाली, तसा पंढरी उठला. जड पावलांनी घरी आला.

साळू आतल्या बाजूला चुलीपाशी खुडबुडत होती. त्याची चाहूल लागताच तिनं ओरडून विचारलं.

"कोण, पंढरी का?"

"होय."

ती बाहेर आली. "काय रे तुझी तऱ्हा? तू दिवसभरात खोपटाकडे फिरकला-सुद्धा नाहीस! होतास कुठं बाबा इतका वेळ?"

तो काही बोलला नाही. दोन्ही पाय ताणून तो भिंतीला टेकून बसला. छाती वर-खाली हलवीत जोरजोरानं श्वास घेऊ लागला.

"एवढा दमलास कसा रे तू?" साळू काळजीच्या सुरात विचारू लागली, "सुका बोंबिल भाजलाय तुझ्या आवडीचा—जेवायला बसतोस? पोटभर जेवून घे. झोपून टाक. उगाच वणावणा भटकायचं म्हणजे काय? चेहरा बघ कसा कोळपून गेलाय."

तो करवादला, "आई, गप्प बसायला काय घेशील? मला एकट्याला बसू दे इथं."

तेवढ्यात विठू आत आला. त्याच्या झोकांड्या जात होत्या. पाय लटपटत होते. तो आत शिरला, तेव्हा फेणीची आंबूस दुर्गंधी खोलीभर पसरली.

पंढरीचं मस्तक भणाणलं. तो ओरडला, "बाबा, काय चाललंय हे? तुझ्या पिण्याला काही सुमार?"

विठूनं डोळे ताणून पोराकडे पाहिलं. मग तो तुटकपणे म्हणाला, "आज काही मी पहिल्यांदाच प्यायलो नाही पंढरीनाथ!"

"एवढं कधी पीत नव्हतास तू! पिणं वाढलंय तुझं! ताळतंत्र सोडलायस अगदी!"

"तुला सांगायला काय होतं पंढरी? दिवसभर उन्हात मरेस्तोवर काम करून ये—शेतीचं काम परवडलं माझ्या सोन्या, पण खाणीवर काम कर—नाकातोंडात लालभडक धूळ जाऊ दे; मग समजेल तुला! काय? सावलीत आरामात बसून नाही कळणार! काय?"

पंढरी तिरीमिरीनं उठला, बापापुढं उभा राहून म्हणाला, "कशाला जातोस मग मीनावर? सोड काम उद्यापासून!"

"सोडू? आणि पोटात काय भरू? काटे?"

"आजपर्यंत काटेच भरत होतास? दत्तवाडीला खाण आली ती आत्ता.

इतके दिवस शेतं कसून पोट भरली ना आपली?''

"शेतीचं एवढं प्रेम आहे, तर शाळा सोड आणि ये इथं शेत कसायला! भाटकार नाचेल आनंदानं. आम्ही जाऊ मीनावर. तू कर नडणी-पेरणी! करशील ना? आता का गप्प बसलास? शहरात जाऊन, सावलीखाली बसून शिकायला पाहिजे—सुशेगाद बसायला पाहिजे. चैन करायला पाहिजे बापाच्या जिवावर! म्हणे मी पितो— पिईन! आणखी धा ग्लास पिईन— मला कोण विचारणार? तुझ्या आवय् घोवानं पैसे नाही दिले मला! काय समजलास? माझ्या पैशानं पितोय! साळूकडून पैसे कधी नाही घेत! काय गं, ह्या तुझ्या पोराला समजाव. मोठा आला बालिस्टर मला शिकवायला!'' बोलता-बोलता विठू अस्वलासारखा झुलू लागला. एका हातानं भिंतीचा आधार घेऊन लटपटत उभा राहिला.

साळू पंढरीपाशी येऊन हळूच म्हणाली, "तू नको लागूस त्याच्या तोंडाला! तो शुद्धीवर नाही. बडबडत राहील—शिव्या घालील—ताट समोर ठेवलं तर शिताचे कण कोंबडीसारखे विस्कटून तिथंच अंग पसरील! रोजचंच आहे हे!''

"आई, बाबाचं राहू दे. तू तरी कशाला जातेस मीनावर? दोन महिन्यांत किती वाळून गेलीयस!''

"काम सोडू? आणि खायचं काय मग? त्याचे पैसे हॉटेलात खायला, दादू भंडाऱ्याच्या मढ्यावर घालायला पुरत नाहीत! तुला पैसे पाठवायला नकोत डिवचलीला?''

"मी शाळा सोडून देतो आई.''

"आता वर्ष-सहा महिने राहिले आहेत, तेवढे काढ. तिथं नोकरी मिळव, बिऱ्हाड कर—आम्हाला घेऊन जा. इथं काय आहे आमचं? तुझ्या बाबाचं शेतीवरलं लक्ष उडालंय. हे मीनावरलं काम आज ठीक आहे; उद्या नाही झेपणार! म्हातारपणी चार घास खायला तुझ्याकडे यायचंय—तू लोटून दिलंस तरी!''

"सहा महिने तरी कशाला थांबू? उद्याच बघतो डिवचलीला एखादी नोकरी.''

"इथं येतोस? तुलासुद्धा मिळेल मीनावर नोकरी! मुकादमाला सांगते. शाणूसुद्धा तुला देईल काम!'' साळूनं मुलाच्या पाठीवरून हात फिरवला.

"मी इथं येऊ? मीनावर काम करायला? तेवढं सोडून काहीही सांग आई!''

"राहिलं! तुला रुचेल तसं कर! आता चल आत जेवायला!''

"मला भूक नाही—मला जेवायचं नाही.''

विठू जमिनीवर पसरला होता. तोंड उघडं टाकून घोरत होता. त्याच्याकडे पाहून साळू त्राग्यानं म्हणाली, "राहा दोघे उपाशी! बाप आणि पोरगा दोघं तिरसट डोक्याचे! भूक नाही म्हणे! मी एकटी गिळते आता पातेलंभर भात!''

साळूनं जमिनीवर गोधडी अंथरली आणि आडवा हात डोक्याखाली घेऊन तिनं अंग लोटून दिलं.

पंढरीनं दिवा मालवला. भिंतीला टेकून तो बसून राहिला.

चोहोकडे निजानीज झाली. कुत्री भुंकायची थांबली. बाहेरचं जग निवांत झालं, तरी पण पंढरी किट्ट काळोखात डोळे खुपसून तसाच बसून होता.

दत्तवाडीपाशी मीनाचा धंदा तेजीत आल्यापासून दादू भंडाऱ्याची चलती होती. दिवेलागणी होण्यापूर्वीच ताव्हेर्नावर गिऱ्हाइकांची हीऽ गर्दी उसळू लागे. दुकानासमोर चार मेढी रोवून, त्यावर चुडत टाकून दादूनं आडोसा केला होता. त्याखाली आणखी बाक टाकले होते. फेणीबरोबर खायला खाऱ्या आमलीबरोबर तो उकडलेली अंडी, सगळेच्या सगळे तळलेले बांगडे देऊ लागला. चिमणीच्या जागी त्यानं पेट्रोमॅक्स आणला. कपभर हुर्राकचा, फेणीचा भाव त्यानं दुप्पट केला. सुरुवातीला गिऱ्हाईकं कुरकुरली. कपाच्या ठिकाणी अर्धा कप माल खपू लागला. पण मग नवा भाव अंगवळणी पडला तशी गिऱ्हाइकाचं पिणं पूर्वपदावर आलं. भिकू, विठू यांसारखी पूर्वी सटीसामासी यायची, आता ती गिऱ्हाइकं रोजच येऊ लागली. पूर्वीपेक्षा दुपटीतिपटीनं माल पोटात रिचवू लागली.

शाणू आपले लष्करी बूट वाजवीत दुकानात शिरला, तेव्हा भिकूनं नुकताच पहिला कप संपवला होता. शाणूला पाहताच तो ओरडला, "ये रे शाणू, इकडे बस!" तेवढ्यानं भागलं नाही म्हणून भिकू उभा राहिला. शाणूच्या गळ्याभोवती हात टाकून म्हणाला, "शाणू, तू आमचा दोस्त... एक नंबरचा दोस्त. तू मनावर घेतलंस म्हणून मीनावर नोकरी लागली मला आणि बकुळेला! बस शाणू, फेणी घे—माझ्या पैशानं घे."

शाणू तक्रारीच्या सुरात बोलला, "काय हे भिकू? मला नीट बसू दे तरी!"

"दादू, शाणूला कप आण! पैसे मी देईन! काय? शाणूसाठी एवढं करू नये आम्ही?" भिकू पुन:पुन्हा तेच बडबडत होता.

विठू कुठूनसा धडपडत आला. शाणूच्या डाव्या बाजूला बसून बरळला, "शाणू म्हणजे मुकादमाचा मुकादम! शाणू, तुला मिनेर किती पैसे देतो रे?"

"पैसे? कशाबद्दल?"

"आमच्यासारख्यांना गोळा करून मीनावर कामाला लावलंस म्हणून!"

"छा:! मिनेर माझा दोस्त आहे! त्याचा पुतण्या—भावाचा मुलगा रे—आम्ही दोघं खांद्याला खांदा लावून लढलो बर्मा फ्रंटवर! मिळून लढलो, मिळून रम प्यालो, मिळून रंडीबाजी केली."

“रंडीबाजी?” विठू किंचाळला.

आजूबाजूला बसलेली मंडळी हातात कप घेऊन शाणूभोवती गोळा झाली.

“सांग शाणू, रंडीबाजीच्या गमती सांग—”

“कसल्या गमती न् काय!” शाणूनं कप संपवून खिशातून सिगारेटचा पातळ कागद आणि तंबाखूचा पुडा काढला. सिगारेट वळून ती पेटवायला त्यानं एवढा वेळ घेतला की सर्वांचे प्राण उत्सुकतेनं कानात गोळा झाले.

“आम्ही बर्मा फ्रंटला होतो तेव्हा! चार दिवस गोळीबार बंद होता. सुट्टी मिळाली. मग वेळ घालवायचा कसा? वर्ष-दीड वर्षं बाई जवळून पाहिली नव्हती. मग दोस्तांना घेऊन बायांच्या वस्तीत. मिनेराच्या पुतण्याबरोबर. हां, आता विचारलं तर कानावर हात ठेवील! तर वस्तीत काय हो? प्रत्येक घरासमोर सोल्दादांचा हा क्यू!”

“क्यू? क्यू म्हणजे?” कुणीतरी प्रश्न केला.

“रांग रे! एकमेकामागं ओळीनं उभं राहायचं तास न् तास! मुंबईला लघवीसाठी रांग असते म्हणे!” कुणीतरी परस्पर उत्तर दिलं.

“लघवीसाठी रांग? ह्यॅट! मुंबईला जागा काय कमी आहे? कुठंही उभा राहून—”

“एऽऽ गप रे! मध्ये मध्ये उगाच... शाणू, तू सांग पुढलं!”

“तर, सगळ्या वस्तीत वीस-तीस बायका असतील. पण प्रत्येक घरापुढं मोठी रांग! बसलो पेंगत रांगेत. मध्यरात्री नंबर लागला. पोरगी गोरीपान, पण भलतीच नाजूक! छाती लिंबाएवढी! आत गेल्यावर म्हणते कशी—आधी पैसे टाका! टाकले. मग म्हणाली, लवकर आटपा. बाहेर लोक खोळंबलेत! वर पुन्हा—इथं हात लावायचा नाही, तिथं दाबायचं नाही! हॅ! जाम वैतागलो! काय केलं असेन मी?”

“काय केलंस?”

“एक सणसणीत थोबाडीत दिली. पोरगी बेहोष! हूं नाही की चूं नाही! तासभर मग मनमुराद वाजवली, बाहेरून सारे जण बोंबलत होते. अरेऽऽ जल्दी जल्दी करो!”

“आणि मिनेराच्या पुतण्याचं काय झालं?” बाबुशानं मुद्द्याची गोष्ट विचारली.

“मिनेराचा पुतण्या? कोण मिनेराचा पुतण्या?” शाणू क्षणभर गोंधळला, “हां! त्याचं काय झालं ते पुन्हा कधीतरी— आज नाही. आज कामात आहे मी—”

“शाणू, आणखी एक कप फेणी पिणार?” विठूनं विचारलं.

“नाही, फार झाली! नरसूच्या दुकानात थोडी प्यायची आहे! अरे, आता पूर्वीइतकं नाही जमत. मिलिट्रीत होतो तेव्हा बाटलीभर रम सरळ तोंडात ओतायचो. आता पन्नाशी उलटली बाबा!”

“म्हातारा झालास की काय?”

“छा! पान पिकलं असेल, देठ हिरवा आहे! काय? लक्षात आलं की नाही बाबुशा?”

भिकूच्या खोपटाला डावी घालून शाणू धापा टाकत चढण चढला आणि वळणाच्या टोकावर उभा राहून त्यानं खाली दूरवर दिसणाऱ्या नरसूच्या पसऱ्याकडे नजर टाकली.

पसऱ्याच्या आसपासचा भाग झगमगत होता. समोरच्या दोन्ही बाकड्यांवर गिऱ्हाइकं बसलेली दिसत होती. दादू भंडाऱ्याच्या ताव्हेर्नावर जेवढी गर्दी उसळली होती, तेवढी इथं नव्हती. पण दादूचं गिऱ्हाईक कासट्या नेसणारं, हुर्राक-फेणी ढोसणारं; इथलं गिऱ्हाईक झकपक. खिशात भरपूर पैसे बाळगून असणारं... व्हिस्की, रम सोडा घालून पिणारं. दादू पै-पैसा कमवत होता आणि नरसू कलदार रुपये आणि करकरीत नोटा!

शाणूच्या मनात आलं—अवघ्या दोन-अडीच महिन्यांत नरसूच्या दुकानाची रया पार पालटून गेली! तांब्याच्या पैशाला महाग झालेला नरसू खोऱ्यानं पैसे ओढतोय आता!

शाणू स्वत:वरच खूष झाला!

दारूचं दुकान उघडायची ‘आयडिया’ आपण नरसूच्या डोक्यात भरवली, म्हणून ते पाप्याचं पितर स्वत:च्या पायावर उभं राहिलं! सहकुटुंब उपासमारीनं मरायची वेळ आली होती त्याच्यावर! आपले किडके दात दाखवीत दिवसभर जांभया देत बसणाऱ्या नरसूला आता दिवस मावळल्यावर विडी ओढायला फुरसत नव्हती! दुकान दिवसभर उघडं असे. दुपारी कुणीतरी बिअरची बाटली संपवायला, पेग-दोन पेग रम प्यायला येई. त्याचा समाचार नरसू एकट्यानं घेई. खरी गर्दी संध्याकाळी. मीनाचं काम बंद झाल्यावर अर्ध्या तासानं. मग दहा वाजता दुकानाच्या फळ्या लावीपर्यंत नरसूची एकच धावपळ. एकट्यानं त्याला काम निभणं शक्यच नव्हतं. पेग मोजून ग्लासात ओतणं, सोड्याची बाटली फोडणं, बर्फाचे तुकडे टाकणं, हिशोब करून पैसे घेणं, उरलेले पैसे परत देणं—ही सगळी कामं करताना सुरुवातीला त्याचा गोंधळ उडे. ताटकळणारी गिऱ्हाइकं त्याचा उद्धार करीत. ग्लास फुटत. हिशोबात खोट येई.

शाणूला आठवत होतं—पोरीची मदत घे, असं आपण त्या दिवशी सुचवलं तेव्हा नरसू जित्या सुंगटासारखा उसळला होता! 'आमच्या घराण्यात तशी पद्धत नाही' म्हणे! पोरीच्या मदतीशिवाय त्याला बार चालवणं झेपलंच नसतं! बाहेरचा माणूस नेमला असता, तर नरसूच्या डोक्यावर मिरी वाटून गेला असता! पंधरा दिवसांत नरसू सरळ आला. पोरगी संध्याकाळी दुकानात येऊ लागली, पैशांचा हिशोब ठेवू लागली. सुट्टीच्या दिवशी म्हापशाला जाऊन माल आणायला नरसूला मदत करू लागली. आणि मग दुकान हां-हां म्हणता भरभराटीला आलं. दुकानात फ्रिज नव्हता, तो आला. नवा कोरा रंग भिंतीवर चढला. बाटल्या ठेवायला उघडी कपाटं आली आणि उदासवाण्या दिसणाऱ्या नरसूच्या किराणा दुकानाचं रंगरूप पालटलं. सारी पैशांची किमया. त्यात त्या पोरीचा वाटा मोठा. पोरगी नसती, तर नरसू होत्याचा नव्हता झाला असता.

दुकानाच्या दिशेनं पावलं टाकता-टाकता शाणूला दगडी कठड्यामागं चपळ हालचाली करणारी नरसूची पोरगी दिसू लागली. काय बरं नाव तिचं? नंदिनी... पोरगी म्हणजे पोरगी आहे! उफाड्याची, रसरशीत बांध्याची! अंधेऱ्या माजघरात पडलेलं माणिक घासून-पुसून बल्कांवावर आणलं! तिचं हसणं पाहायला, तिचा मुखडा न्याहाळायला, तिच्या छातीची गिर्रेबाज कबुतरं डोळ्यांत भरून घ्यायला तमाम गिऱ्हाइकं लाळ गाळीत येतात! अर्धंअधिक गिऱ्हाईक ओढ घेतं तिच्यासाठी! पेगचा महागडा भाव तक्रार न करता देतं. तिनं सहज हसून पाहिलं की गिऱ्हाईक पागल होतं! मग रेंगाळावंसं वाटतं, आणखी पेग-दोन पेग पोटात जातात. नरसूला एकट्याला कुणी धूप घातला असता? पोरगी दुकानात आहे म्हणून लखलखाट आहे—भरपूर फायदा आहे!

आपलं तरी काय, संध्याकाळी नरसूच्या दुकानावरून चक्कर मारल्याखेरीज घरी जात नाही आपण! दिवसाकाठी एकदा तरी त्या पोरीचं दर्शन घेतल्याशिवाय...

शाणू दुकानापाशी पोचला. बाकडी भरलेली होती. समोरच्या टेबलावर लालसर, सोनेरी द्रवाने भरलले ग्लास होते. क्षण-दोन क्षण तो तिथंच रेंगाळला. मग धीर गोळा करून दुकानाच्या कठड्यापाशी आला.

नंदिनी कामात होती. हिशोब करण्यात गुंतली होती. आपल्या डाव्या हाताची लांबसडक नाजूक बोटं मोडीत आकडे मोजीत होती. कानशिलावर झेपावणारे केस अधूनमधून उजव्या पंजानं मागं सारत होती. गळा घामानं चिंब झाला होता आणि गळ्याखालचा फुगीर भाग—

तेवढ्यात तिचं लक्ष शाणूकडं गेलं.

"कोण शाणूकाका? काय देऊ तुम्हाला?"

शाणू गडबडला. स्वत:ला सावरून घेत म्हणाला, ''आं—अर्धा पेग सोलन व्हिस्की. भरपूर बर्फ घाल. अर्धा म्हणजे मोजून अर्धा नको घालूस— जादा पडली तरी चालेल.'' तो ओशाळवाणं हसला.

पेग मोजायचं माप घेऊन व्हिस्की ग्लासात ओतण्यासाठी ती वाकली, तेव्हा तिची छातीमधली पोकळी, छातीला चिकटून बसलेला पांढऱ्या काचोळीचा अर्धवट भाग पाहण्यासाठी त्यानं सगळा जीव डोळ्यांत गोळा केला आणि आपली धडपड तिच्या ध्यानात तर आली नाही ना, या शंकेनं तो इतका कासावीस झाला की, तिनं व्हिस्की ग्लासात नीट ओतण्यापूर्वीच तो पुटपुटत राहिला.

''हां, बास—पुरे. जादा नको. फार झाली—''

ग्लास घेऊन तो मागं वळला आणि बाकड्यावर जागा रिकामी झालेली पाहून तिथं बसला. ग्लास तोंडाला लावून त्यानं खाली ठेवला. जागा मोक्याची होती. नंदिनीच्या हालचाली सहज पाहता येत होत्या. तिच्या पोलक्यावर फुलाफुलाचं डिझाईन होतं आणि टपोऱ्या गुलाबाच्या पाकळ्या कशा अगदी ताणल्या सारख्या—

''काय शाणूशेट, काय खबर?'' कोणीतरी त्याच्या पाठीवर थाप मारली.

चोरी करताना लहान मुलाला पकडावं, तसं शाणूचं झालं. त्यानं दचकून बाजूला पाहिलं.

खाणीवरचा मुकदाम होता तो. निळा कोट, धोतर, डोक्यावर गोल काळी टोपी. अंगानं गरगरीत. पोटाचा भलामोठा घेर.

''काय हे शाणूशेट—नुसताच सोडा? छे—हे काही खरं नाही गड्या!''

''दादूकडे झालंय भरपूर... इथं अर्धा पेग पुरे!''

''शाणूशेट, अर्धा पेग म्हणजे वाळूत लहान पोरानं मुतल्यासारखं! काय? जिभेला लागलं, पडजीभेनं बोंब ठोकली— असं व्हायचं! मी देतो पैसे—तू कशाला काळजी करतोस?''

कोटाच्या खिशातलं नोटांचं पुडकं मुकादमानं बाहेर काढलं. त्यातली एक नोट काढून त्यानं पुडकं पुन्हा खिशात ठेवलं आणि शाणूचा ग्लास घेऊन तो नंदिनीकडे गेला. तिच्याशी काहीतरी बोलला. ती लाजल्यासारखी झाली. मुकादम मात्र घोडा खिंकाळतो तसा हसला! पोराचं वाळूत मुतणं वगैरे सांगितलं असेल! तिला सांगताना पोराची पोरगीसुद्धा करील भामटा!

मुकादमानं ग्लास त्याच्यासमोर ठेवला आणि त्याच्या कानापाशी तोंड आणून तो म्हणाला, ''शाणू—''

''काय?''

"तुझ्या एक लक्षात आलंय?"

"काय ते?"

"पोरगी काय मस्त आहे रे! नुसती मिठाई आहे मिठाई! साजूक तुपात बनवलेली! तोंडात घातली की विरघळेल, अशी!"

"कुठली पोरगी?"

"तू एक शहाणा बघ! किती पोरी आहेत बाबा इथं? की तुला एकीच्या जागी दोन-दोन पोरी दिसायला लागल्या?"

"जाऊ दे मुकादम! उंटाच्या कमरेचा मुका घ्यायला जाऊ नकोस— तोंड पोचणार नाही तुझं तिथं!" मुकादमाचा लुब्रेपणा शाणूला आवडला नव्हता. संधी मिळाली तेव्हा त्यानं मुकादमाला टप्पल दिली!

शाणू सावकाशीनं घुटके घेत होता. मुकादम जागच्या जागी चुळबुळ करत होता.

"शाणू—"

"आता काय?"

"राहवत नाही रे! पोटात व्हिस्की, खिशात नोटा आणि समोर ही मिठाई!"

"मग मी काय करू म्हणतोस?"

"माझ्याबरोबर येतोस?"

"कुठं?"

"चल, येतोस तर ये. गंमत करू!"

"गंमत?"

"हां!" मुकादमानं डावा डोळा मिचकावला. उजव्या हाताची तर्जनी नाकपुडीवर ठेवली.

"छ्या! इथं सोय आहे?"

"तू चल पाहू माझ्याबरोबर! पाणी घाल म्हणतोय् तर पाणी घाल— खाली काय—"

"हां, समजलं!"

शाणूच्या डोक्यात ठिणगी पेटली. पाय लटपटत होते, ते स्थिर झाले. हडकुळ्या शरीरात वीज चमकली.

त्यानं उरलेला ग्लास एका दमात संपवला. नंदिनीकडे क्षणभर टक लावून पाहत तो घाईघाईनं म्हणाला, "चल, लवकर चल!"

टिपूर चांदणं पडलं होतं. एकमेकांत गुंतलेल्या झाडांच्या सावल्या रस्त्यावर वेड्यावाकड्या पसरल्या होत्या.

रस्त्याच्या कडेला उभ्या असलेल्या दगडी क्रुसाजवळ मुकादम थांबला. पाय ओढीत मागून येणाऱ्या शाणूला तो म्हणाला, "इथंच जायचंय् आपल्याला."

"इथं?" शाणूनं आजूबाजूला पाहिलं, "हे तर ऑस्टीनचं घर. त्याचा मुसलमान दोस्त राहतो इथं— इब्राहिम नावाचा—"

"इब्राहिम? खाणीवरला तो सुपरवायझर? आता नाही राहत तो इथं! खाणीच्या पलीकडल्या अंगाला खोली घेतलीय् त्यानं."

"इथं कोण राहतं आता?"

"तू बारा पिंपळावरला मुंज्या— तुला ठाऊक नाही?"

"छे:! ऑस्टीनकडे पार्टीला आलो होतो. त्यानंतर कितीतरी महिने झाले, इकडे फिरकलो नाही."

"यापुढं रोज येशील!"

"हां!"

"काय हां? इथं रोज यायचं म्हणजे काय मस्करी आहे? पैसा पाहिजे, अंगात भरपूर शक्ती पाहिजे!"

शाणू चिडला, "तुझ्या अंगात आहे? फोपशा तर आहेस? वरून हत्ती, खाली उदबत्ती!"

समोरच्या घराचं दार कराकरा वाजलं. आतल्या दिव्याची तिरीप बाहेर आली. कुणी तरी विचारलं, "कोण आहे बाहेर?"

"मी गं! मुकादम!"

मुकादम शाणूच्या खांद्यावर हात टाकून पुढं झाला. दार उघडून दोघं आत शिरले.

शाणू समोरच्या बाईकडे पाहून चमकलाच. "कोण, लक्ष्मी का? तू कशी इथं?"

शाणूला पाहून लक्ष्मी गालातल्या गालात हसली. "का रे शाणू? अंधारात भूत पाहिल्यासारखं दचकायला काय झालं तुला?"

"तू कान्तुबाबच्या शेतावर काम करत होतीस ना? इथं कुठं वाट चुकलीस?"

"वाट कशासाठी चुकतेय बाबा? माझी वाट मीच पकडलीय! मुकादमसाहेब, तुमची व्यवस्था करते आधी!" लक्ष्मी हसत पुढं झाली. मुकादमाच्या गरगरीत पोटावरून हात फिरवून म्हणाली, "तुमची लाडकी आलीय."

"कोण? हंसा आलीय?" मुकादमानं उतावीळपणानं विचारलं.

"हां! तुमच्यासाठी मोकळी ठेवलीय् तिला!"

मुकादम तिथं थांबलाच नाही. डाव्या बाजूचं दार उघडून तो नाहीसा झाला.

शाणूला घेऊन लक्ष्मी समोरच्या खोलीत शिरली. खोली कुबट वासाची होती. अरुंद पलंगावरची चौकड्याची चादर मळलेली होती. तेलकट उशीतला कापूस बाहेर आला होता. कोपऱ्यात एक चिमणी भकभकत होती. तिचा काळपट धूर भिंतीला डसत होता.

शाणू पलंगाच्या कडेला बसला.

''ही हंसा कोण?''

''आहे एक पोरगी! आई नाही—बाप सदा आजारी. मीनावर काम करते आजकाल! तुला गंमत सांगते शाणू—याच मुकादमानं तिला मागं एकदा कमरेला चिमटा काढला मीनावर काम करताना, म्हणून केवढा आकांत केला होता तिनं! आता हीच हंसा मुकादमासाठी—''

''मीनावरली नोकरी सोडली तिनं?''

''अजून नाही सोडली, पण सोडणार आहे लवकरच! तिथं काय मिळणार आहे दिवसाला? इथं मुकादम नोटांची पुडकी देतो तिला! हा ढेरपोट्या मुकादम तिला ठेवणार म्हणतो कायमची!''

''आणखी पोरी आहेत इथं?''

''आहेत कारवाहून आलेल्या—''

''तू कशी आलीस लक्ष्मी?''

''काय सांगू शाणू? भाटकाराचं शेत उजाड झालं. गावातली सगळी शेतं ओसाड पडलीयत! नवऱ्यानं टाकलेल्या माझ्यासारख्या बाईनं पोट भरायचं कसं? भीक मागून किती दिवस जगायचं? मीनावर दोन दिवस काम केलं. दुसरे दिवशी भोवळ येऊन पडले बघ! याच मुकादमानं हाताला धरून बाहेर काढलं मला!'' ती क्षणभर थांबली. मग हसून म्हणाली, ''एकच मार्ग राहिला—देवानं दिलेलं भांडवल वापरायचं... खाणीवर येणाऱ्या पुरुषांची गरज भागवायची! बाहेरनं आलेले मजूर—लग्न न झालेले, लग्न होऊन बायको गावी ठेवून आलेले! खूप मजूर येतात इथं. पोटाची भूक भागल्यावर ही भूक भागवायला नको? कोण पन्नास देतो, कोण पाच! तक्रार नाही! आला दिवस साजरा करायचा!''

रिकाम्या हंड्यात तोंड घालून खोकावं तशा विचित्र आवाजात ती हसली. मग शाणूला बिलगून म्हणाली, ''तू इकडे आलास ते बरं झालं!''

''का गं?''

''तुझा वावर सगळीकडे! चार गरजू लोकांना इकडची वाट दाखवशील! पैसे आणलेस, की उधारीवर?''

''मुकादम देणार आहे पैसे! तोच घेऊन आला मला!'

लक्ष्मी उठली. उशा नीट करून पलंगावर उताणी पडली. छताकडे पाहत विषण्ण हसली.

शाणूनं घोगऱ्या आवाजात प्रश्न केला, "हसायला काय झालं लक्ष्मी?"

"तुला म्हणून सांगते शाणू—" लक्ष्मी म्हणाली, "माझी फार इच्छा होती बघ. मोठ्ठा पलंग... मऊ-मऊ गादीवर पांढरीशुभ्र चादर... अत्तराचा वास! अशा गादीवर निजायचं आणि पुरुष अंगावर घ्यायचा! आणि पुरुष कसला? मस्तवाल, वारं प्यायलेला खोंडासारखा... कान्तुबाब भाटकारासारखा पुरुष! हां! पण शाणू—" तिनं आवंढा गिळला, छातीवरला पदर बाजूला केला आणि शाणूकडे पाहून हात पसरले.

वर्षभरात म्हाबळूभटाच्या कुळागराची दैना-दैना झाली.

अंगानं भरलेली पुरंध्री एकाएकी खंगून जावी, माथ्यावरले भरघोस केस गळून जावेत, अंगावरलं मांस झडून नुसती हाडं दिसावीत तसं कुळागर दिसू लागलं— ओकंबोकं! कुळागराचं मूळचं देखणं रूप पालटलं. नारळी-पोफळी उघड्या बोडक्या दिसू लागल्या. नारळाचे कवाथे जन्मत:च गळ्याला नख लागल्यामुळे उन्मळून पडले. पानवेली, मिरवेली वाळू लागल्या. निरफणसाची झाडं वठून गेली. गर्भ जागच्या जागी जिरू लागल्यामुळे केळी केविलवाण्या दिसू लागल्या.

कुळागराला जणू कुणाची दृष्टच लागली.

बाहेरच्या रुंद सडकेवर दिवसभर ट्रक्स, बुलडोझर्स धडाडत जात. त्यातून उसळणाऱ्या धुळीमुळे कुळागर लाल मातीचा लेप दिल्यागत वाटे. अंगण, तुळशीवृंदावन तांबडमातीनं सारवल्यासारखं बुरसं दिसे. पावसाळा आला तेव्हा रस्त्यावरची रहदारी कमी झाली खरी, पण कुळागराभोवती उभारलेल्या बांधाला खावटे पडले. लोहकण नसलेल्या निरुपयोगी मातीचे छोटे डोंगर खाणमालकानं जागोजाग उभे केले होते. ही काळसर लाल माती दूर अंतरावर टाकण्याची दक्षता त्यानं घेतली नाही. तेवढी काळजी घ्यावीशी त्याला वाटली नाही. मातीचे ते चिमुकले डोंगर पहिल्या पावसात कोसळले. पाण्याच्या फुसांडत्या प्रवाहाबरोबर माती बांधातून मिळेल तिथून मार्ग काढीत कुळागरात घुसली आणि चोहोकडे पसरली. मातीचा चिकट थर उघडीप झाल्यावर सुकला आणि मऊ-भुसभुशीत माती पोटाखाली घेऊन सिमेंटसारखा घट्ट झाला. पाटातून येणारं पाणी टणक जमिनीतून झिरपेनासं झालं. वृक्ष-वेलींचं अन्न पाणी तुटलं. रसरशीत जीवनसत्त्वांची रसद बंद झाली. लहान-मोठ्या झाडांनी पाणी-अन्नपाणी आज मिळेल, उद्या मिळेल याची वाट पाहिली. मग त्यांनी धीर सोडला. जागच्या जागी ती तडफडली. कमजोर झाडांनी माना टाकल्या. उरलीसुरली

चिवटपणानं, उसनं अवसान आणून कशीबशी तगत राहिली...

कुळागरात वर्षभर चालणारी कामं एकाएकी मंदावली.

कुळागराच्या कोपऱ्यात रामनाथनं दर वर्षीप्रमाणं आळूचे कांदे पुरले होते. हात-दीड हात लांबीच्या 'माड्या' तयार झाल्या असतील, या अपेक्षेनं त्यानं ते तुळशीचं लग्न झाल्यानंतर उकरले; पण त्याच्या हाती लागले ते किडलेले, भुसभुशीत झालेले कांदे! एरवी पोफळी सोलून सुपाऱ्या उकडायच्या, त्या वाळत घालायच्या— ही कामं किती तरी दिवस सुरू असायची. पण मुळात पोफळीचं पीक कमी आलं. ढीगभर सुपाऱ्याचं कौतुक ते किती करायचं? आंब्याचा रस काढून, रसाळ फणसाचे गरे पिकून साटं करायचं काम या वर्षी लवकर आटोपलं. भिरणाची सोलं वर्षभर पुरतील इतकीसुद्धा मिळाली नाहीत!

रामनाथ सुन्नपणानं हे पाहत होता. वाडवडिलांनी जपून ठेवलेलं संचित डोळ्यांदेखत नष्ट होत होतं. पिढ्यान् पिढ्या चालत आलेलं वैभव हां-हां म्हणता मातीमोल होत होतं.

रामनाथ जखमी वाघासारखा तडफडत होता. एकसारखा आत-बाहेर करत होता. सकाळपासून दिवस मावळेपर्यंत तो कुळागरात फिरत राही. कुठं वाळलेली पानं गोळा कर, माडाची पोय काप—असं काहीबाही करत राही. जळत असलेला मोहर, वाळत जाणारी फुलं पाहताना त्याच्या कपाळावरली शीर ताठ होई. मस्तक भणाणून जाई. नसान् नसा फुलारून येत.

कृषी महाविद्यालयातील शिक्षण संपलं, तेव्हा केवढी स्वप्नं घेऊन तो पुण्याहून दत्तवाडीला आला होता! छोट्या केबिनमध्ये पंख्याखाली बसून टेबलावरली सरकारी पिवळी कागदपत्रं चिवडणं त्याला मंजूर नव्हतं. 'बारदेश भागातला आदर्श शेतकरी' हे नामाभिधान मिळवायची जिद्द तो दाखवणार होता. केवढे बेत केले होते त्यानं! उसाची लागवड तो करणार होता. भुईमुगाचं पीक दत्तवाडीच्या भूमीत क़ाढून दाखवणार होता. जपानी भातशेतीचे प्रयोग यशस्वी करून दत्तवाडी भागाचा चेहरामोहरा बदलून टाकायचं स्वप्न उराशी बाळगलं होतं.

पण ती संधी लाभलीच नाही. ते भाग्य वाट्याला आलंच नाही. नवी कामं हाती घ्यायला उसंत मिळालीच नाही. कुळागरावर अवकळा आली आणि दरिद्री माणसाच्या मनोरथाप्रमाणं साऱ्या योजना विरून गेल्या. कसला म्हणून उत्साहच वाटेनासा झाला.

खाणमालकाला त्यानं अजून पाहिलं नव्हतं. त्याला एकदा भेटावं, रस्त्याच्या कडेला पडलेले काळ्या-तांबड्या दगड-मातीचे ढीग त्याला दाखवावेत, कुळागराची दुर्दशा त्याच्या नजरेला आणावी—असे बेत तो करत होता. तेवढ्यात म्हाबळूभटांची

प्रकृती ढासळली. त्यांचा दमा बळावला. कुळागराची दशा पाहवत नाही म्हणून पडवीतली पथारी त्यांनी आतल्या अंधेऱ्या खोलीत टाकली होती. तिथं ते पाठीला उशी लावून रात्रभर खोकत बसू लागले.

एकीकडे सासऱ्याची सेवा आणि दुसरीकडे छोट्या सुमुखचा सांभाळ करता-करता बाळंतपणानंतर अशक्त झालेली ऊर्मिला अगदी मेटाकुटीला आली होती. घराचा उंबरठा ओलांडणं रामनाथाला अशक्य झालं होतं.

बधिरल्या मनानं रामनाथ एकेक दिवस मोजत होता. काहीतरी घडेल, अंधाऱ्या रात्री वीज चमकून पुढला मार्ग दिसावा तसं काही होण्याची वाट पाहत होता.

काहीच घडत नव्हतं. वांझोटे दिवस कासवाच्या गतीनं पुढं सरकत होते.

विषण्ण मनानं रामनाथ कुळागरात फेऱ्या मारीत होता.

घरासमोर एक लांबलचक सफेद मोटार उभी राहिली आणि त्यातून पहिल्या प्रथम उतरला शाणू! घाईघाईनं त्यानं फाटकाचा आडांबा बाजूला सारला. रामनाथापाशी येऊन तो कुजबुजला—

''स्वत: गोविंदबाब आलेत तुला भेटायला.''

''कोण गोविंदबाब?'' रामनाथनं कपाळावर आठ्या चढवल्या.

''गोविंदबाब खरंगटे! लक्षाधीश असामी! पलीकडली लोखंडाची खाण त्यांचीच! स्वत: होऊन तुला भेटायला आले आहेत.''

''असं? मला त्यांना भेटायचं होतंच.''

''तू न बोलवता आपल्या पायानं आले— भाग्य समज!''

''माझं भाग्य? हूं!'' रामनाथनं कुळागरावरून म्लान नजर फिरवली. ''हे पाहिलंस माझं भाग्य कसं फळफळतंय ते? हेच पाहायला आले असतील.''

''आत घेऊन येतो त्यांना! ते आणि त्यांचे म्यानेजर फर्नांडिस.''

शाणू गडबडीनं बाहेर गेला आणि मोठ्या अदबीनं कमरेत वाकत त्या दोघांना आत घेऊन आला.

गोविंदबाब खरंगटेच्या अंगात उंची सूट होता. गळ्यात सबंध छाती झाकणारा रुंद टाय आणि डोळ्यांवर सोनेरी काड्यांचा चष्मा. पुढल्या बाजूला त्यांना टक्कल पडलं होतं आणि त्यामुळे मूळचं रुंद कपाळ अधिकच रुंद दिसत होतं. फर्नांडिसच्या ओठावर भरगच्च मिशा, तोंडावर देवीचे वण. त्याचं कपाळ इतकं अरुंद होतं, की डोक्यावरल्या केसांची सरहद्द राठ भुवयांना जवळजवळ भिडली होती.

रामनाथनं पडवीत दोन खुर्च्या ठेवल्या. स्वत: त्यानं लाकडी पेटीवर बैठक मारली. शाणू खांबाला टेकून खाली बसला. म्हाबळूभट धापा टाकीत बाहेर आले. दारापाशी भिंतीला टेकून बसले. ऊर्मिलेनं तेवढ्याचं त्यांचं तस्त बाहेर आणून

ठेवलं. त्यांच्या पाठीशी उशी लावली. दारामागं ओठंगून ती पुरुषांची बोलणी ऐकू लागली.

"हाच मिनेर ना?" म्हाबळूभट आवाज चढवून विचारू लागले. "रामनाथ, सांग—सांग त्यांना, आमच्या कुळागराचा कसा सत्यानाश झालाय तो! झाडांना जीव असतो म्हणावं! त्यांच्या जिवावर उठलात? शाप देतील ती—सोडणार नाहीत..."

म्हाबळूभट वादळाच्या वेलीप्रमाणे जागच्या जागी थरथरू लागले. त्यांना ढास लागली. ऊर्मिलेनं लगबगीनं बाजूचं तस्त त्यांच्या पुढ्यात ठेवलं.

"दादा—" रामनाथच्या बोलण्यात किंचित जरब होती, "तुम्ही खरंच काही बोलू नका. नुसतं ऐकायचं काम करा. मी आहे ना इथं सगळं सांगायला!"

गोविंदबाबनी सोनेरी काड्यांचा चष्मा डाव्या तर्जनीनं वर सरकवला, मग घसा खाकरून ते बोलले, "रामनाथबाब—शाणू, रामनाथबाबच ना रे?"

"हा पात्रांव, तो रामनाथबाब आणि ते म्हाबळूभट—"

मिनेरानं सर्वांसमक्ष आपल्याकडे कृपादृष्टी टाकल्यामुळे शाणू पार विरघळला. उत्तर देऊन झालं तरी त्याचं तोंड उघडंच राहिलं. लाचारीची लाळ त्यातून गळत राहिली.

"तर, मी काय म्हणतोय रामनाथबाब—मला काही सांगायला नको. आत शिरताना मी सगळं पाहिलंय."

"आत शिरताना? एक-दोन मिनिटांत?"

"शितावरून भाताची परीक्षा! शिवाय मागं दत्ताच्या देवळात नमस्कारासाठी आलो होतो, तेव्हा मुद्दाम मोटार थांबवून आम्ही काळजीपूर्वक पाहिलं होतं तुमचं कुळागर! या शाणूनंही परिस्थितीची कल्पना दिली. तुमच्या वडिलांचं आजारपण—"

"मी सांगितलं सगळं पात्रांवला!" शाणू अंग घुसळीत म्हणाला.

"गोविंदबाब," रामनाथ तीव्र स्वरात म्हणाला, "तुम्ही अक्षरशः दगडातून पैसे काढताय—पण झाडाझुडपांचं वाटोळं करून, जिवंत माणसांच्या समाध्या बांधून! वाडवडिलांनी रक्ताचं पाणी करून उभं केलेलं हे कुळागर जिवावरल्या दुखण्यातून उठावं तसं दिसू लागलंय्! वर्षाभरात रया गेली कुळागराची!"

गोविंदबाबनी उजवा हात वर करून रामनाथला थांबवला.

"सांगितलं ना रामनाथबाब, सगळ्या गोष्टींची कल्पना आहे मला! त्याचं काय आहे रामनाथबाब, चांगली गोष्ट करताना थोडं फार विपरीत घडलेलं सहन करावं लागतं. हजारो एकर जमीन सुपीक करणारं धरण बांधायचं, तर दहा-वीस खेडी उद्ध्वस्त होणारच! हजार लोकांचं कल्याण करायचं, तर चार लोकांचं

अकल्याण टाळता येत नाही.''

''समजलं की नाही?'' फर्नांडिसनं री ओढली.

''हजारो लोकांचं कल्याण? कुठले हजार लोक?''

रामनाथनं खांदे उडवले. ''दत्तवाडीतले सगळेच लोक धुळीला मिळालेत! आज जे मिळाले नाहीत, ते उद्या मिळतील!''

''तसं तुम्हाला वाटतं रामनाथ! गैरसमज आहे तुमचा तो.'' गोविंदबाब शांतपणे म्हणाले, ''चौकशी करा, नीट डोळे उघडून पाहा. इथल्या लोकांचं उजाड आयुष्य गेल्या वर्षभरात कसं फुललंय ते! एका वेळेच्या पेजेला महाग असलेली माणसं दोन्ही वेळेला पोटभर जेवून ढेकर देताहेत! भुकेकंगाल दत्तवाडीकर कधी नव्हे ते प्रथमच चीजवस्तू बाळगू लागले आहेत!''

''दादू भंडाऱ्याकडे एका कपाऐवजी चार कप संपवू लागले आहेत— नरसूच्या बारमध्ये पैसे उडवू लागले आहेत! काय शाणू, खरं की नाही?'' रामनाथनं खांदे उडवीत म्हटलं.

म्हाबळूभटाकडे पाहून गोविंदबाब पुढं म्हणाले, ''सगळ्या गावाचा चेहरामोहरा बदलून गेलाय. गावकऱ्यांच्या आयुष्यातला अंधार नष्ट झालाय.''

''आता पुढल्या महिन्यात वीज येणार आहे इथं! समजलं की नाही?'' फर्नांडिस उद्‌गारला.

''वीज? म्हणजे चकचकाट! गावभर नुसता चकचकाट!'' शाणू हर्षभरित झाला.

''सगळ्या भरभराटीचं श्रेय मला नाही रामनाथबाब—ते या धरतीमातेला आहे. तिच्या पोटात सोनं पिकतं, म्हणून ही समृद्धी! तुकारामानं म्हटलंच आहे, आम्ही तो केवळ भारवाही!''

रामनाथ उसळून म्हणाला, ''उद्या जमिनीच्या पोटातले हे लोखंडी दगड संपून गेले म्हणजे दत्तवाडीकर करणार काय? तोवर शेतीचा, कुळागराचा बट्ट्याबोळ होईल! मग लोकांनी टाचा घासून जीव द्यायचा? उद्या तुम्ही जपान-अमेरिकेहून अजस्र यंत्रं आणली. बुलडोझर्स-डंपर्स आणले की या शेकडो कामेऱ्यांना तुम्ही घरी बसवाल! तुमच्या नावानं बोटं मोडण्यापलीकडे दुसरा कसला उद्योग राहणार आहे त्यांना?''

''रामनाथबाब, काल्पनिक संकटाच्या भीतीनं माणसांनी निष्क्रिय राहायचं ठरवलं तर मानवजातीची प्रगती होणार नाही. माणूस थांबेल—तिथंच संपेल.''

''समजलं की नाही?'' टायचा त्रिकोण चाचपीत फर्नांडिस म्हणाला.

''गोविंदबाब, तुम्हाला संकटं काल्पनिक वाटताहेत खरी, पण मला गावकऱ्यांचं

भीषण भवितव्य—" रामनाथनं वाक्य अर्धवट सोडलं. मग तो उद्वेगानं म्हणाला, "त्याची संपूर्ण जबाबदारी तुमच्यावर पडते गोविंदबाब!"

"हे तुमचं म्हणणं चुकीचं आहे रामनाथबाब! शत्रूपक्षानं बॉंब टाकून तुमचं गाव बेचिराख केलं, तर तुम्ही आपल्या सरकारवर खटला भराल? तुमच्यामुळे बॉंब पडला म्हणून सरकारला कोर्टात खेचाल? माझंही हे गावकऱ्यांच्या दारिद्र्याविरुद्ध युद्ध आहे, रामनाथबाब!"

म्हाबळूभट कापऱ्या आवाजात म्हणाला, "रामनाथ, तत्त्वज्ञानाचं चर्वित-चर्वण नको. कशासाठी आलात, ते विचार त्यांना."

गोविंदबाब समाधानानं म्हणाले, "मला फालतू चर्चेत रस नाहीच; सवडही नाही! तुमच्या मुलानं विषय काढला म्हणून चार गोष्टी सांगाव्या लागल्या! रामनाथबाब, मुद्द्याची गोष्ट सांगतो. तुमचं नुकसान आम्ही पाहिलंय. अप्रत्यक्षपणे का होईना, आम्ही त्याला जबाबदार आहोत— म्हणजे आम्ही मोठ्या मनानं थोडीफार जबाबदारी पत्करतोय, म्हणून नुकसानभरपाई द्यावी यासाठी आम्ही स्वत: यायचं ठरवलं."

"नुकसानभरपाई?"

"हो! पैशानं हे नुकसान भरून निघणार नाही, हे आम्हाला ठाऊक आहे. पण तुम्ही म्हणाल तर दहा-पंधरा हजार—"

फर्नांडिसनं बॅग उघडून नोटांची चळत पुढं केली.

"मोजून पंधरा हजार आहेत. समजलं की नाही?"

"कुळागराचा सत्यानाश झाला— त्याची भरपाई पंधरा हजारांनी?" रामनाथ संतापानं थरथरू लागला.

"फर्नांडिस, आणखी पाच काढ."

"वीस हजार भरपूर झाले! समजलं की नाही?" फर्नांडिसनं नाखुषीनं बॅगेतून आणखी नोटा काढल्या.

रामनाथ त्या नोटांकडे पाहत राहिला.

"काय करू मी या नोटांचं? नोटा मुळात रिचवल्या, तर पोफळीची फुलं धरतील? माडाला भरघोस फळं येतील?"

"रामनाथबाब, उगाच त्रागा करण्यात काय अर्थ आहे? तुम्ही चांगले शिकलेले. शेती विषयातले तज्ज्ञ. पंचक्रोशीत दुसरं कुळागर खरेदी करा. खाणीपासून दूर अंतरावर तुमचं कसब वापरून ते पिकवा."

"कुळागर काय एका रात्रीत उभं राहतं... दोन-तीन पिढ्यांनी घाम गाळल्याशिवाय?"

"तुम्ही प्रारंभ तरी करा. माझ्या मालकीचा जमिनीचा तुकडा आहे. इथून

दोन-अडीच मैलांवर असेल— तो मी तुम्हाला द्यायला तयार आहे. तुम्ही वेगवेगळे प्रयोग करा. घाम गाळला की पडीक जमिनीत सोनं पिकतं. इच्छा हवी, जिद्द हवी.''

''तुमचा सल्ला नको आहे मला! हे पैसे उचला. वीस हजारांत कुळागरसकट विकत घेऊ शकत नाही तुम्ही आम्हाला! एवढ्यानं सारे प्रश्न मिटत नाहीत. गोविंदबाब, भाताची खाचरं ओस पडलीत. जिथं भात पिकायचा, तिथं तणसुद्धा उगवेनासं झालंय! सुपीक जमिनीचं वाळवंट करून टाकताय तुम्ही!''

''त्याची पंचाईत तुम्ही कशाला करता?'' गोविंदबाबचा आवाज एकाएकी चढला. ''तुमच्यापुरतं बोला—समस्त गावकऱ्यांनी तुम्हाला वकीलपत्र दिलेलं नाही!''

''अस्सं! म्हणजे तुम्ही माझ्या तोंडावर फेकलेल्या या नोटा मी मुकाट्यानं घ्याव्यात, गावकऱ्यांच्या बाजूनं काही आवाज काढू नये, त्यांची दुर्दशा तोंड दाबून व डोळे मिटून पाहावी— अशी तुमची अपेक्षा आहे तर! गावकऱ्यांशी तुम्हाला सोयरसुतक नसेल; पण मला आहे!''

रामनाथ फर्नांडिसकडे पाहत उद्गारला, ''ते पैसे उचला— त्या नोटांना स्पर्श करायची मला इच्छा नाही!''

शाणू धावत रामनाथपुढं आला. ''उगाच डोक्यात राख घालतोस तू रामनाथ! एवढी मस्ती बरी नव्हे!''

रामनाथ तुच्छतेनं म्हणाला, ''तू मला शहाणपणा नको शिकवूस! मिनेरानं फेकलेल्या पावाचे तुकडे चघळून हवं तर त्याचे पाय चाट—दुसऱ्यावर भुंकू नकोस शाणू!''

गोविंदबाब उठून उभे राहिले. म्हाबळूभटांना म्हणाले, ''म्हाबळूभट, तुमचा मुलगा तरुण आहे. त्याचं रक्त गरम, सळसळतं आहे. तुमच्या अनुभवाचे बोल सुनवा त्याला एकदा शांतपणानं! कदाचित शहाणपणा सुचेल त्याला!'' त्यांनी डाव्या तर्जनीनं चष्मा वर सारला. ''रामनाथबाब, मी तुमची वाट पाहतो माझ्या ऑफिसात. चल फर्नांडिस, निघू या आपण!''

म्हाबळूभटांनी बोलायला तोंड उघडलं, पण खोकल्याची जबरदस्त उबळ येऊन ते क्षणभर कासावीस झाले.

ऊर्मिला दाराआडून म्हणाली, ''अहो, पोहे तयार आहेत... चहाही झालाय.''

गोविंदबाबनी रामनाथकडे पाहिलं. मग दाराकडे दृष्टिक्षेप टाकला. मग ते मृदू स्वरात म्हणाले, ''आज काही नको. रामनाथबाबचा राग निवळला की चहा घ्यायला मुद्दाम येऊ!''

फर्नांडिसनं बॅग सावरीत म्हटलं, ''समजलं की नाही?''

दिवस बराच वर आला तरी बकुळा आरशापुढून हलायला तयार नव्हती.

तिनं केसांत सुरंगीचा वळेसर माळला. डोळ्यांत काजळ रेखलं. माशाच्या आकाराच्या रंगीबेरंगी पिना तिनं केसांत खोवल्या. कानशिलावरल्या बटा चिमटीनं तिनं मुद्दाम ओढून काढल्या आणि वाऱ्यावर भुरूभुरू उडू दिल्या. दोन्ही चिमटीत धरून तिनं पोलकं खाली ओढलं. तिच्या उभार स्तनांच्या उंचवट्यामधील पोकळी स्पष्ट दिसू लागली. गळ्याखालच्या भागावर पावडर लावीत ती स्वत:चा चेहरा पुन:पुन्हा निरखू लागली.

"बकुळा, किती वेळ चाललीय तुझी रेखणी? मुकादम तोंड वाजवील! तुझा बापुस तर मीनावर पोचलासुद्धा असेल एवढ्यात!" मोगाबाय घाई करू लागली.

"होय गं बाई, निघाले! कामाची तुला की मला काळजी?"

बांगडीच्या आकाराचा मोठा कुरकुरीत पाव चहात बुडवून खात बकुळा म्हणाली, "आई, आणखी चहा आहे ना भांड्यात?"

"हो, आहे की! काय गं, पंढरी भेटला की नाही तुला?"

"उंहूं!"

"दोन दिवस होता की इथं! एकदासुद्धा भेटला नाही?"

"कशाला भेटेल? माझ्याशी बोलत नाही तो आता!"

"म्हणजे काय?"

"मागल्या खेपेला आला होता, तेव्हा मोठं भांडण झालं त्याचं न् माझं!"

"तू भांडली असशील. तो बिचारा—"

"तू ऐकून घेतेस का माझं नीट? मी मीनावरचं काम सोडत नाही म्हणून आधीच फुरंगटला होता. मागल्या खेपेला दादागिरी करू लागला. काय म्हणे, मी नखरा फार करते कामावर जायला लागल्यापासून! मला म्हणतो, परकर वर खोवू नकोस, मांड्या दाखवू नकोस, बेंबी उघडी कशाला टाकायला हवी? माती न् दगड! मी का म्हणून ऐकून घेऊ? मी उलटून बोलले. म्हटलं, तू माझा नवरा नाहीस अजून, फालतू नवरेगिरी करू नकोस हां! मग त्यानं बोलणं बंद केलं!"

"म्हणजे काय? कायमचं भांडण झालं?"

"कायमचं? हुडुत्! इथं कुणाचं अडलंय त्याच्यावाचून?"

"पण बकुळे, तुझं-त्याचं लग्न—"

"लग्न? ते विसर आता आई! चल, डबा दे. घाईच्या वेळी गप्पा नकोत तुझ्या!"

कमरेभोवती टुवाल गुंडाळून बकुळा घराबाहेर पडली. झपाझप चालत मोठ्या रस्त्याला लागली.

रस्त्यावर फारशी माणसं नव्हती. गुरं वळणारा एकदा गुराखी, नुसती

कासटी नेसून उघड्या अंगावर उन्हं घेणारा गावडा, डोईवर मासळीची पाटी घेऊन झपाझपा चालणारी खारवीण... मधूनच फर्रर्र आवाज करीत मोटरसायकल जायची. कच्च्या रस्त्यावर धुळीचा लोट हवेत उसळायचा. मागला रस्ता दिसेनासा व्हायचा.

मधून-मधून मागं पाहत बकुळा सावकाशीनं पावलं टाकीत होती.

सकाळचं ऊन अंगाला चपाचप डसत होतं. वाऱ्यावर भुरूभुरू उडणाऱ्या बटा घामामुळे कानशिलावर चिकटून बसल्या. एवढंसं अंतर कापून झालं तर बकुळेच्या पायांत पेटके आले. पोटात खड्डा पडला.

तेवढ्यात धुळीनं माखलेलं आपलं नाकाड वर करून तिच्या दिशेनं येणारी ओळखीची जीप तिला दिसली. नाकाडाच्या बाजूने दोन्ही दिवे दुरून तिच्याकडे टवकारून पाहत होते. गडद शेवाळी रंगाची ती जीप घर्रर्र आवाज करून तिला खुणावत होती.

बकुळेला हायसं वाटलं. जीप आली नसती तर पाय ओढीत खाणीपर्यंत चालत जावं लागलं असतं. पुरती दमछाक झाली असती. ढेरपोट्या मुकादमाची बोलणी खावी लागली असती, ती वेगळीच.

जीप आचके देत तिच्यापाशी थांबली.

स्टिअरिंगवर डावा हात ठेवून इब्राहिम उजवीकडे झुकला. बकुळेच्या काखेत हात घालून त्यानं तिला वर चढायला मदत केली. बकुळा उजव्या बाजूला येऊन बसल्यावर त्यानं दार फट्दिशी लावून घेतलं आणि उजव्या हाताची बोटं नाकावर टेकवून तो म्हणाला, "केवढा पसीना! साला इतक्या सकाळी तुला एवढा पसीना येतो गं बकुळा? दिवसभर पसीन्यानं न्हाऊन जाशील तू खाणीवर!"

बकुळा फुरंगटून म्हणाली, "एवढं नाक उडवायला काय झालं? आणि तुझ्या हाताला माझ्या अंगाचा घाम लागलाच कसा?"

"ॲहॅं गं! तुझ्या काखेत हात घालून तुला वर नाही उचलली मी?"

बकुळा लाजली, काही बोलली नाही.

"अगं, अंगावर सेंट, अत्तर शिंपडलं ना, की छान वास येतो! लोकांना जवळ यावंसं वाटतं!"

"असू दे! लोक जवळ येत नाहीत, तेच बरं आहे!" बकुळा मान वेळावीत उद्गारली, "आमच्यासारख्या गरिबाला सेंटबिंट कसा परवडणार?"

इब्राहिम शीळ घालीत जीप चालवीत राहिला. हात मुद्दाम घरंगळू देऊन त्यानं मध्येच तिच्या उजव्या खांद्यावर टाकला. हळूहळू त्यानं तो तिच्या वक्षस्थळामधल्या खोबणीजवळ टेकवला.

"इब्राहिम, नीट गाडी चालव—नाहीतर दोघंही जाऊ खड्ड्यात!" बकुळेनं

त्याचा हात खांद्यावरून बाजूला करत म्हटलं.

"तू नको चिंता करू बकुळा! आँख मिटून गाडी चालवायची सवय आहे मला!"

"डोळे मिटून? तेवढं मात्र नको करूस बाबा!"

इब्राहिम समोर पाहत जीप चालवू लागला. या टंच छोकरीनं पाहताक्षणी विलक्षण जादू कशी केली आपल्यावर? टळटळीत उन्हात आठ-आठ तास राबायची सजा या नाजूक पोरीला कशी मिळाली? अल्लाची तिच्यावर एवढी गैरमर्जी?...

"इब्राहिम, किती वर्षं गाडी चालवतोस?" बकुळा विचारत होती.

"इथं मीनावर सुपरवायझरची नोकरी मिळाली—मग ड्रायव्हिंग शिकलो, लायसेन्स काढलं."

"मीनावर यायच्यापूर्वी काय करत होतास?"

"बम्बईला होतो. पण बकुळा, तुला मजा सांगतो एक—माझा जन्म गोव्याचा. माझे अब्बाजान इथं होते."

"अब्बाजान?"

"म्हणजे माझा बाप गं!"

"काय करत होता तो?"

"वसुली— लोकांच्या पैशांची वसुली!"

"म्हणजे?"

"अगं, कुणी सावकाराचं कर्ज परत देत नसला तर सावकार त्या देणेकऱ्याच्या दारात अब्बाजानला नेऊन बसवायचा! काही काम नाही. चोवीस तास नुसतं दाराबाहेर बसून राहायचं!"

"मग? लोक कर्ज फेडायचे?"

"मैर दारात बसणं म्हणजे गोव्यात केवढी बेअब्रू! लोक सोनं विकून पैसे उभे करायचे; सावकाराचे पैसे वापस करायचे! मग सावकार त्यांना कमिशन द्यायचा! अगं, देशावर पठाण—गोव्यात मुसलमान. अब्बाजान अल्लाला प्यारे झाले. मग मी सीधा बम्बईला गेलो."

"तुला जमलं असतं की तसलं काम! नुसतं बसून राहायचं दारात!" बकुळा खिदळली.

"छा! उसमे मजा नही! त्याला—एकदम बोअरिंग काम!"

त्यानं पुन्हा उजवा हात तिच्या खांद्यावर टाकला. तिच्या गालावरून बोटं फिरवीत तो म्हणाला, "मग तुझ्यासारख्या मस्त छोकरीची पहेचान कशी झाली असती? बकुळा, तुझ्यासारख्या छोकरीला असं घट्ट पकडायचं आणि जीप भन्नाट सोडायची—बस्स! और मजा आयेगा!"

बकुळा समाधानानं मागं रेलली. इब्राहिमचा हात खांद्यावर तिनं तसाच राहू दिला. बाहेर पाहत ती आपली आणि इब्राहिमची पहिली भेट आठवू लागली...

...दोन्ही बाजूची झाडं सपासप मागं धावत होती. डाव्या बाजूला बाहेरच्या आरशात रस्त्याचं, धावणाऱ्या झाडांचं गमतीदार प्रतिबिंब पडत होतं.

उशीर झाला म्हणून त्या दिवशी ती धापा टाकत रस्त्यावरून धावल्यासारखी चालत होती.

रस्त्यावर चिटपाखरू नव्हतं. कामावर जाणारं कुणीच दृष्टीच्या टप्प्यात दिसत नव्हतं. इतक्या उशिरा कामावर जावं की घरी परतावं, हे तिला कळत नव्हतं.

तेवढ्यात कच्‌दिशी ब्रेक लागला न्‌ तिच्यापाशी एक जीप थांबली. ती दचकली. इतकी, की भेलकांडत रस्त्याच्या कडेला गेली. भिरभिरत्या डोळ्यांनी जीपकडे, ड्रायव्हरच्या जागी बसलेल्या अस्ताव्यस्त केसांच्या तरुणाकडे पाहू लागली.

"कहाँ चली?"

तिला त्याची भाषा कळली नाही. ती भांबावून त्याच्याकडे पाहत राहिली.

"ए, काय विचारतोय तुला? खै वैता तू? मीनार कामाक्‌ वैता?"

"हो!" ती श्वास घेत बोलली.

"बस गाडीत. पाच मिनटांत सोडतो तिथं!"

"पण—"

"हां—हां! मी तिकडेच चाललोय. मी तिथंच करतो काम."

मग बकुळेनं फारसे आढेवेढे घेतले नाहीत. ती वर चढली. 'उपकार झाले, फार उपकार झाले!' असं पुटपुटत राहिली.

फर्रदिशी त्यानं जीप चालू केली आणि पांच मिनिटांत ती कामावर पोचली.

ती खाली उतरल्यावर तो ओरडला, "अच्छा, उद्या भेटू!"

"उद्या?"

"हां—हां! तू उद्या कामावर येणार आहेस ना?"

"रोज येते!"

"मग मीही त्या बाजूनं रोज येतो."

ती गोंधळून त्याच्याकडे पाहत राहिली.

"आज भेटली, तिथंच उभी राहा—आजच्या वेळी! नाम क्या तेरा?"

"नाव बकुळा."

"बकुळा! खूबसुरत नाव आहे."

"खूबसुरत म्हणजे काय?"

"काही नाही! भाग, जल्दी पळ."

आणि मग हे रोजचंच झालं.

बकुळेनं उशिरा बाहेर निघायचं, इब्राहिमनं जीप थांबवून तिला वर घ्यायचं, वेळेवर खाणीवर सोडायचं...

इब्राहिमकडे बकुळा तिरप्या नजरेनं पाहत होती.

इब्राहिम हिंदी सिनेमातल्या हीरोसारखा दिसतो— गोरापान, गुबगुबीत! त्याच्या हातावर दाट केस आहेत. शर्टाची बटणं लावत नाही कधी! छातीवरले कुरळे, दाट केस उठून दिसतात अगदी! त्यावर रुळणारी सोन्याची बारीक साखळी चमचम करत असते सारखी! वयानं मोठा दिसतो. इतका मिठ्ठास बोलतो, की ऐकत राहावं! हिंदी हेल काढून तो कोकणी इतकं छान बोलतो— की वाटतं...

बकुळा गोंधळली. जीप भलत्याच मार्गानं चालली होती. खाण डाव्या बाजूला राहिली होती आणि हमरस्ता सोडून कच्च्या रस्त्यानं उजवीकडे वळत होती.

"हे काय? रस्ता चुकला की काय, इब्राहिम? मीन तर तिकडे राहिली."

"घराकडे जाऊ या पाच मिनिटं! अजून तू घरी आलीस नाही माझ्या!"

"नको बाबा, उशीर झाला तर मुकादम बोंब मारील!" ती गडबडीनं म्हणाली, "खाडा धरील आजचा—घरी पाठवील मला!"

"मुकादमाची ऐशी तैशी! मी बघतो त्याला!" तिच्या कमरेभोवती हात टाकून तिला जवळ ओढीत तो म्हणाला, "तुझ्यासारख्या नाजूक अनारकलीनं उन्हात काम करूच नये, माझ्या मते!"

"मग काय करावं? घरी बसावं?"

"बकुळा, मी पात्रांवला सांगून माझ्या ऑफिसात घेणार आहे तुला! ऑफिसची देखभाल करायची—बस्स! उन्हं नाही, काही नाही! आणि मुख्य म्हणजे, तो साला मुकादम बी तकलीफ देणार नाही."

"आणि पैशाचं काय?"

"छ्या! पैशाचं काय मोठंसं? आत्ता मिळतात त्यापेक्षा जादा पैसे पात्रांवनं दिले नाहीत, तर मी देईन!"

"तू का म्हणून?"

"ऑफिसचं काम करताना तू सारखी डोळ्यांसमोर असणार! मेरे आँखोके सामने! त्याचं भाडं द्यायला नको?"

"चल! तू म्हणजे अगदी हा आहेस!" बकुळा पापण्या फडफडवीत उद्गारली.

"हा आहेस म्हणजे? हा का क्या मतलब?"

"हा म्हणजे लबाड!" बकुळा क्षणभर त्याच्याकडे पाहत राहिली, तिनं विचारलं, "एऽ तू मला कुठं नेतो आहेस?"

"घराकडे म्हणून सांगितलं ना?"

"पण घराकडे कशासाठी?"

"तुला सेंट हवाय ना? आणि अत्तर? अंगाची घामसाण जायला! माझ्याकडे इंपोंटेड सेंट आहे. घरात उभी राहिलीस, तर मीनापर्यंत खुशबू जाईल—हां!"

"इब्राहिम, पुन्हा कधीतरी जाऊ! नाहीतर असं कर ना—तूच घेऊन ये. उद्या सकाळी येताना. आता जीप वळव, कामावर जाऊ!"

"क्यूँ? डर गयी? मला घाबरतेस?"

"शी! तुला कशाला घाबरेन? नाहीतर आले असते कधी तुझ्याबरोबर जीपमधून?"

"बकुळा, छोकरी कशी हवी? जीपसारखी! आपण नेईल तिथं मुकाट्यानं येणारी! क्युँ सच है ना?"

"घर कोणाचं?"

"माझं!"

"कोण-कोण राहतं इथं?"

"मै और मेरा एक दोस्त! तो नोकरी करतो जंगल खात्यात. प्रत्येक जंगलात एकेक छोकरी ठेवलीय त्यानं! नशीबवान आहे साला!"

इब्राहिमनं कुलूप काढलं. बकुळा दबकत आत शिरली. इब्राहिम मागं वळला आणि त्यानं लाथेनं दार लोटून दिलं.

दोनच खोल्या होत्या. बाहेरच्या खोलीच्या भिंतीवर उघड्या नागड्या बायकांची चित्रं होती, नटनट्यांचे रंगीत फोटो होतो. चित्रं पाहून बकुळा लाजली. गोरीमोरी झाली.

"हे सगळं माझ्या दोस्ताचं काम!" इब्राहिम खो-खो हसत म्हणाला आणि त्यानं एकदम झेप घेऊन बकुळेला कवेत घेतलं. तिच्या काखेत नाक खुपसून तो घुसमटल्यासारखा म्हणाला, "सच बोलता हूँ बकुळा—यहाँ तेरे पसीनेकी खुशबू आती है ना—मस्त! सेंट से भारी है।"

बकुळा गोंधळली. त्याचं मस्तक दोन्ही हातांत धरून बाजूला करीत म्हणाली, "इब्राहिम, सेंट... सेंट कुठं आहेत?"

"फिकीर मत करो यार! तुला सेंटनं आता आंघोळच घालतो! हम दोनो नहायेंगे! बादलीत सेंटची बाटली उघडी करू! काय? मजा आयेंगी न?"

"नको—नको! चल, लवकर जाऊ या मीनावर! मुकादम खाडा धरील!"

"अरे, मुकादमको मारो गोली! तासा-दोन तासानं काय फरक पडणार आहे?"

बकुळेच्या कमरेभोवतीचा टुवाल ओढून काढीत तो हसत म्हणाला, "यहाँ आये है दो घंटे आराम कर के जायेंगे! ठीक है ना?"

कान्तू देसायाला जाग आली तेव्हा सकाळ झाली होती की संध्याकाळ, हे क्षणभर त्याच्या ध्यानी येईना. उघड्या खिडकीतून दिवाणखान्यात पडलेले कवडसे सकाळच्या कोवळ्या किरणांचे की मावळत्या सूर्याचे, हे त्याला कळेना.

चोहो बाजूंनी नीरव शांतता पसरली होती. खिडकीजवळच्या खोबणीत अंगाचं वेटोळं करून पडणारं काळंभोर मांजर आज त्या जागी दिसत नव्हतं. लांबलचक प्रचंड दिवाणखाना आणि कोपऱ्यातल्या पलंगावर पडलेलो आपण. जणू भल्या मोठ्या पिशवीच्या तळाशी एखादं फळ—चुकून राहिलेलं, हळूहळू नासत चाललेलं!

कान्तूनं पुन्हा डोळे मिटून घेतले. ती भयाण शांतता आपल्या अंगावर धावून येत्येय, असं त्याला भासत होतं. अंगात ताप असल्यासारखं त्याला वाटत होतं. तोंडात कडवट चव पसरली होती. अंथरूण सोडायचं जिवावर येत होतं. उठून करायचंय काय? सकाळ झाली असेल, तर लांबलचक दिवस पुढं पसरलेला आणि संध्याकाळ असेल, तर लांबलचक रात्र! मिटलेले डोळे पुन्हा उघडलेच नाहीत, तर काय बहार होईल! कदाचित खूप दिवस कुणाला कळणारही नाही! वाड्यात आजकाल येतंय् कोण? जुनाट पिंपळ पानगळीनंतर दिसावा तशी दशा वाड्याची झालेली. दिवसरात्र माणसांनी भरलेला वाडा एकाएकी सुन्न, रिकामा झालेला. आपण मरून पडलो इथं, तर आपला देह किड्यामुंग्यांनी...

कान्तू धडपडून उठला. भिंतीवरल्या आरशासमोर उभा राहिला.

गालावर दाढीचं शेवाळ पसरलं होतं. काळे खुंट न् अधूनमधून पिकलेले केस, की पिकल्या केसांत चुकार काळे खुंट? माथ्यावरली झुलपं अस्ताव्यस्त पसरली होती. डोळे गुंजासारखे लालभडक झाले होते. रात्रभर नाटकाचं जागरण करून, विश्रांती न घेता पुढल्या प्रवासाला निघालेल्या, रंगभूमीवरल्या एखाद्या पोटार्थी नटासारखा दिसतोय आपला अवतार!

पलंग आणि आरसा यामध्ये काटकोन करून हार्मोनिअम पडला होता. त्याच्यावर धुळीची पुटं चढली होती. तबल्यावरली शाई उडाली होती. त्यावर नाटकांच्या असंख्य पुस्तकांचा ढीग. भिंतीवरल्या तसबिरी पाहत कान्तू उभा राहिला. आ वासून पसरलेल्या दिवसातला त्याचा हा नित्याचा, एकुलता एक विरंगुळा होता! अकरा वर्षांपूर्वीचं 'प्रेमसंन्यास'... त्यातल्या जयंताचा रोल आणि हे 'पुण्यप्रभाव'... कधी

नव्हे ती आपण त्यात व्हिलनची भूमिका केली होती—वृंदावनची. त्याचे ते लांबलचक संवाद पाठ करताना जीव कासावीस व्हायचा. हा धैर्यधर 'मानापमाना'तला... 'शीलधरजी, मेघ जसजसे वर चढत चालले तसातसा हा चंद्र अगदीच भांबावून गेला! पाहा कसा एकदम पांढरा-फिकट पडला! आपली चंद्रिका कोठे लपवून ठेवू, अशी त्याला चिंता पडलेली दिसते! शीलधर, ही कोण? पाहिलीस का ही कोण?' 'चंद्रिका ही जणू ठेविया स्नेहे कमलांगणी' आणि हे 'सोन्याचा कळस'... विठूचं गाणं असं रंगवलं होतं आपण! 'तुझ्या वरदाना जीव भुकेला.' त्यातले बिजलीचे खटकेबाज संवाद गावकऱ्यांना कळलेच नाहीत! गिरगावातल्या धाटणीची भाषा त्यांना नीट उमगली नाही. पुन्हा मालक-मजूर संघर्ष त्यांना कुठला समजायला? दत्तवाडीच्या परिसरात गिरण्या आहेत कुठं? कदाचित आता ध्यानात येईल त्यांच्या तो विषय.. शकुणमालक न् मजूर... सत्तेचे गुलाम!

अजून भालूचा कसा पत्ता नाही? उठल्याची चाहूल लागली की वर येऊन चौकशी करायचा—'चहा आणू की दूध?' आजकाल येतो कुठं तो नियमितपणानं? की तोही लागला मीनावर पैसे कमवायला? तो महाकाय राक्षस किती लोकांना गिळंकृत करणार आहे? किती माणसांचा घास घेणार आहे?

कान्तुबाब या प्रचंड दिवाणखान्यात एकटाच फेऱ्या मारू लागला—गुहेतल्या उपाशी वाघाप्रमाणं!

इथंच नाटकांच्या तालमी केल्या. धडुतं नेसणाऱ्या सिंधूचं मोडलेलं घर इथंच आणि रुक्मिणीचा महालही इथंच! किती आठवणी त्या तालमीभोवती गुंफलेल्या! पंचक्रोशीतल्या किती स्त्री-पुरुषांनी इथं हजेरी लावली, त्याची गणतीच करता येणार नाही! स्त्रियांच्या भूमिका करणारे पुरुष मिशा काढणारे, मिशा ठेवून सुभद्रा-रुक्मिणी होणारे! मग हळूहळू महाड्डोळयचा. कधी दिवाणखान्याचा रंगमहाल व्हायचा! ठरलेल्या बिदागीच्या चौपट-पाचपट रक्कम घेऊन जायच्या! वर्षभर दिवाणखान्यात माणसांचा राबता—तालमीचा धूमधडाका! वैशाख पुनवेला कामाक्षीदेवीचा उत्सव, रामनवमीचा उत्सव, रथसप्तमी, दत्तजयंती—काही ना काही निमित्त लागायचं. त्या वर्दळीत, कोलाहलात हरवून जाण्यात केवढं सुख होतं!

कान्तुबाब खिडकीत विषण्णपणे येऊन उभा राहिला. तिथून मांड दिसत होता. त्या दिवशी धालो उधळला गेला—सुरुंगाच्या आवाजानं... माणसं पांगली. बायाबापड्या भिंगुळवाण्या झाल्या! त्यानंतर धालो कधी उभा राहिला नाही! आयच्यान् धालो, सोपलो रे धालो! खंच्या वाटेनं गेलो रे धालो! साखरभाताची सवड मिळणार कशी? वेडे आहेत लोक! जगी या खास वेड्यांचा, पसारा मांडला सारा! वेड्यांचा पसारा... वेड्यांचा...

कान्तुबाबच्या मस्तकात ठिणगी पेटल्यासारखी झाली. त्याला स्वत:चीच भीती वाटू लागली. त्या निर्मनुष्य वाड्यात एक क्षणसुद्धा रेंगाळणं त्याच्या जीवावर आलं. तो अक्राळविक्राळ वाडा त्याला भेडसावू लागला. हात पसरून कवेत घेऊ लागला.

पारोशा शरीरानं तो हातात छडी घेऊन खाली धावला. धनुष्यातून सुटलेल्या तीरासारखा तो रस्त्यावरून झपाझप चालू लागला.

ऊन कसं उकळल्यासारखं झालं होतं. अंग कढत पाण्यात पिळून काढलेल्या कपड्याच्या घडीसारखं वाटत होतं. मस्तक गरगरल्यासारखं झालं होतं.

पायात पेटके येत होते, तरी पण दिशाहीन अवस्थेत कान्तुबाब रस्त्यावरून धावत होता. आपल्याला कुठं जायची घाई आहे, हा प्रश्न तो अधूनमधून स्वत:ला विचारीत होता आणि त्याचं उत्तर द्यायचं टाळत होता!

छडी हवेत फिरवीत तो मध्येच थांबला. समोरून लक्ष्मी येत होती. लक्ष्मी— पूर्वी त्याच्या शेतात काम करणारी आणि तिच्याबरोबर भडक कपडे केलेली एक पोरगी! दोघींच्या केसांत भगव्या फुलांचा गच्च वळेसर होता. पोरगी जरुरीपेक्षा जादा नटली होती. जरुरीपेक्षा जादा मुरडत होती.

"कोण गं तू? लक्ष्मी ना?"

"कोण भाटकार? कुठं चाललास असा धावत?" कांतूला पाहून लक्ष्मी दचकलीच. बगळ्यासारखे शुभ्र कपडे घालणारा, घोटून-घोटून दाढी करणारा, केस चापून-चोपून बसवणारा ऐटबाज भाटकार अशा विचित्र अवतारात पाहून ती चक्रावलीच!

"मी ना? मी चाललोय आपल्या शेताकडे!"

"शेतात?"

"होय, येतेस?"

लक्ष्मीनं खांदे उडवीत विचारलं, "कापणी चाललीय् की मळणी?"

"तेच पाहायला चाललोय!" कांतूनं म्हटलं, "ही पोरगी कोण?"

"ही हंसा."

"सोन्याचा कळस नाटकातली?"

"कुठली?"

"कधी पाहिली नाही हिला दत्तवाडीत."

"पलीकडल्या गावातली आहे!"

"तू आणि ह्या दोघी मोकळ्या कशा? तुम्हाला नाही बोलावणं आलं?"

"बोलावणं? कुणाचं?"

"मिनेराचं गं! श्रीकृपेकरून आमच्या खाणीवर दहा रुपये दिसवडा मिळतो, तेव्हा सकाळी नऊ ते सहा येऊन आमच्या कार्याला शोभा आणावी.''

"हां-हां—ते आमंत्रण होय? आलं होतं ना!''

"मग?''

"त्याला कळवलं दहा रुपये दिसवडा परवडत नाही!''

"अरे वा! त्यापेक्षा जादा पैसे कुठे मिळतात तुला?''

"मिळतात भाटकारा, पैशांचा पाऊस पडतो अंगावर! ही हंसा बघा, नोटा मोजता-मोजता पाठीचा कणा वाकला हिचा! रोज रात्रपाळी!''

"रात्रपाळी? मग आता?''

"आज फेशल आमंत्रण आहे बाबा! मुकादमाकडे पाहुणे आलेत.'' लक्ष्मी फिदीफिदी हसली. हंसाच्या पाठीत धपाटा घालून म्हणाली, "चल गं हंसा, उशीर होईल!''

कान्तुबाब त्या दोघींच्या पाठमोऱ्या आकृत्याकडे पाहत राहिला, "अजबच आहे!'' —पुटपुटू लागला.

"कान्तुबाब—''

त्यानं चमकून डावीकडं पाहिलं.

नरसू पसरकार हाका मारीत होता.

"काय नरसू, जोरात दिसतंय काम?''

"हां! चाललंय् देवाच्या कृपेनं! या वर्षी धालो नाही झाला?''

"अरे, इथं वेळ कुणाला आहे बाबा? माणसं सगळी कामात आहेत. आता ही लक्ष्मी गेली ना, तीसुद्धा प्रचंड कामात आहे म्हणे! मी एकटाच मोकळा आहे बघ! मी काय एकटाच धालो नाचणार?''

"वैशाख पुनवेचा उत्सव तरी होणार का?''

"कसा होईल?''

"का बरं? लोकं भरपूर वर्गणी देतील!''

"वर्गणीवाचून आपले उत्सव थांबले होते का की आत्तापर्यंत? नरसू, पैसे भरपूर असले म्हणून उत्सव साजरे होत नाहीत; माणसांना सवड हवी, उत्साह हवा, आंतरिक ओढ हवी! ते सगळं सरलंय! उरलाय फक्त पैसा! म्हणजे प्राण नाही, उरलंय फक्त शरीर!''

"कान्तुबाब, उन्हात किती वेळ उभा राहणार? आत ये.''

"नको, मला जरा घाई आहे! दारूचं कसं चाललंय?''

"उत्तम! बक्कळ पैसा मिळतो.''

"पोरगी नाही दिसली काऊंटरवर!"

"संध्याकाळी गर्दीच्या वेळी असते!"

"असं—असं! मला वाटलं, लग्नबिग्न काढलंयूस की काय तिचं?"

"लग्न? लग्न होऊन ती गेली तर माझं काय, दुकानाचं काय? कान्तुबाब, आत्ता कुठं चार पैसे दिसायला लागलेत. एवढ्यात लग्न केलं तिचं, तर सगळाच बट्ट्याबोळ! करू सावकाश."

"सांभाळून रे बाबा! घुबडं-वटवाघळं दिवसभर वळचणीत लपून बसतात. वळचणीतून संध्याकाळी बाहेर पडतात. त्यांच्यापासून तरण्याताठ्या पोरीला सांभाळ रे नरसू!"

छडी आपल्याभोवती गरगरा फिरवीत कान्तुबाब पुढं चालू लागला. आपल्या शेतापाशी आला.

भाताची खाचरं उजाड दिसत होती. इतस्तत: वाढलेले तण, अधूनमधून उघडी बरड जमीन. डोक्यावरल्या केसांत खवडे व्हावेत, तसं जमिनीचं विचित्र रूप! एरवी साजिरी-गोजिरी दिसणारी काळी माय जिवावरल्या दुखण्यातून उठल्यासारखी बापुडवाणी दिसत होती!

कान्तुबाब हातातली छडी कुदळीसारखी जमिनीवर आपटीत शेताच्या कडेकडेनं फिरू लागला. फिरता-फिरता घुमू लागला.

सारा आसमंत चूड लागल्यासारखा पेटत होता. चोहो बाजूंनी ज्वाळा उफाळत होत्या. त्या आगीच्या धगीत आपण सापडलो आहोत, असं कान्तू देसायला जाणवत होतं. पण त्याला हे समजत नव्हतं, की भर दुपारी पेट्रोमॅक्स कुणी लावला? धुपाचा गंध कसा दरवळला? नारळ फुटल्याचा आवाज कसा झाला? आणि ऑर्गनचे सूर टळटळीत उन्हावर चेटूक कसे करू लागले?

हो, हे नांदीचे सूर! शंकाच नको! 'प्रभुपदास नमित दास—' पोराटोरांचा कोलाहल आणि बायाबापड्यांनी कडकडून दिलेल्या टाळ्या...

कान्तुबाबनं हर्षभरित होऊन डोळे मिटले.

भर दुपारी शेताच्या मांडावरलं संगीत सौभद्र भर्जरी वस्त्रानिशी त्याच्या मिटल्या डोळ्यांसमोर उलगडत राहिलं...

दुपारी चार घास खाऊन रामनाथ मागीलदारी आला.... कितीतरी दिवसांनी त्यानं स्कूटरवरली धूळ झाडली. स्टार्टरवर किक् मारून स्कूटरच्या अंगात त्राण आहे की नाही, हे तपासून घेतलं आणि स्कूटर अंगणापर्यंत ओढत आणून तो कपडे घालायला पुन्हा वर आला.

म्हाबळूभट बसल्या जागेवरून मुलाच्या हालचाली निरखत होते.

"बाहेर जाताना विचारू नये—पण विचारल्याशिवाय राहवत नाही पोरा! चाललास कुठं तू एवढ्या दुपारचा!"

"अजून ठरवलं नाही!" रामनाथ तिरसटपणे म्हणाला.

"कुठंही जा रामनाथ... पण एक सांगतो—म्हाताऱ्याचं एवढं ऐक. कोर्टकचेऱ्याच्या भानगडीत पडू नकोस. दहा-दहा वर्षं वकिलाची घरं भरायची! पैसे कुठं वर आले आहेत आपले त्यासाठी? पुन्हा श्रीमंत लोक वरच्या कोर्टात जाणार, म्हणजे निकालच! सुमुख तुझ्या वयाचा होईपर्यंत कोर्टाचा निकाल लागला तरी डोकीवरून पाणी!"

रामनाथ मान हलवून उत्तरला, "दादा, आपण यासंबंधी बोललो चार-पाचदा! पुन्हा पुन्हा तेच काय सांगताय?"

"सांगितलं ते लक्षात कुठं राहतंय माझ्या?" म्हाताऱ्यानं वर पाहून हात जोडले. "दत्तमहाराज, सोडव आता या भोगातून! ने आता तुझ्या पायाशी. आता काही सहन करायचं त्राण नाही माझ्यात!"

रामनाथ क्षणभर घुटमळला, मग म्हणाला, "दादा, मी निघालोय गोविंदबाबच्या खाणीवर."

"मला शंका आलीच होती! आणखी काही सांगत नाही. पुन्हा रागावशील! पण 'सांभाळून'—एवढंच सांगतो."

"काही होणार नाही." विष्णू म्हणाला.

रामनाथ आत आला. सुमुखला जवळ घेऊन त्याने त्याचे पटापट मुके घेतले. त्याच्या पिंगट जावळात त्यानं हलकेच बोटं खुपसली.

"हे पाहा, ऐकलंत का—उगाच भांडत बसू नका कोणाशी!" ऊर्मिला त्याच्याजवळ येत म्हणाली, "ऐकलं ना?"

रामनाथ गंभीरपणे म्हणाला, "तू येतेस का माझ्याबरोबर? मग आल्यावर नको—असंच का बोललात, तसंच का विचारलं नाहीत! चल, सुमुखला घेऊन बस स्कूटरवर माझ्यामागं—मुंबई-पुण्यातली जोडपी बसतात तशी!"

"चला!" ऊर्मिला मान वेळावून उद्गारली.

रामनाथ हसत-हसत पायऱ्या उतरू लागला.

स्कूटर रस्त्याच्या कडेला झाडाखाली ठेवून रामनाथ चालत ऑफिसकडे निघाला. खाणीकडे त्यानं सहज नजर टाकली.

डोंगराच्या पायथ्याशी जमिनीनं आपला प्रचंड, लालभडक जबडा वासला

होता. तळाशी अडकलेले बुलडोझर आणि ट्रक लहान मुलांच्या रंगीबेरंगी खेळण्यासारखे दिसत होते. ठिकठिकाणी दगडांच्या राशी पडलेल्या. पार्श्वभाग वर करून लाल-हिरवे डंपर जडशीळ दगड आपल्या अंगावर ओढून घेत होते. समुद्राच्या खाडीसारखी दिसणारी खाऱ्या पाण्याची नदी व तीवर पसरलेले छोट्या-मोठ्या आकाराचे बार्ज. दुरून माणसांचे असंख्य पुंजके दिसत होते. गलिव्हरच्या अवाढव्य देहावरल्या असंख्य लिलिपुटियनसारखी मुठीएवढी असंख्य माणसं!

रामनाथ विमनस्कपणे सारं दृश्य पाहत उभा राहिला. अवाढव्य खाणीच्या पार्श्वभूमीवर उठून दिसणारी ऑफिसची इमारत न्याहाळू लागला.

उताराला लंबवर्तुळाकार आकारमानाचा, सपाट जमिनीचा प्लॉट होता. प्रवेशद्वारापाशी ऑफिसची टुमदार बैठी इमारत उभी होती. पोर्चमध्ये दोन परदेशी बनावटीच्या गाड्या व त्यामागं एक जीप.

पोर्च ओलांडून रामनाथ वर आला. मॅनेजर फर्नांडिसच्या केबिनमध्ये शिरला.

केबिन प्रशस्त, वातानुकूलित होतं. फर्निचर उंची व सुबक. भिंतीवर जपानी कॅलेन्डर, त्याखाली जपानी बनावटीचा रेडिओ होता आणि रेडिओवर दोन्ही हात वर करून हसत उभ्या राहिलेल्या ढेरपोट्या चिनी माणसाची लाकडी मूर्ती होती.

टायची गाठ सैल करून आरामात बसलेला फर्नांडिस तंग फ्रॉकमधल्या विशीतल्या मुलीला पत्राचा मजकूर सांगत होता. रामनाथला पाहिल्यावर फर्नांडिसनं पत्र आवरतं घेतलं. स्टेनोला बाहेर जायचा इशारा केला. समोरच्या खुर्चीकडे बोट दाखवून त्यानं रामनाथला बसायची खूण केली.

"गोविंदबाब आहेत?" रामनाथनं विचारलं.

"अंहं! पात्रांव गेलाय पणजीला, तिथं त्याची ॲपॉइंटमेंट आहे सेक्रेटरिएटमध्ये."

"त्यांच्याकडे काम होतं महत्त्वाचं! उद्या भेटतील?"

"ते तीन-चार दिवस भेटणं कठीण! उद्या सकाळच्या फ्लाईटनं मुंबईला जाणार आणि गरज पडल्यास दिल्लीला—समजलं की नाही?"

"अच्छा! तर मग मी चार दिवसांनी येतो."

रामनाथ उठू लागला, तेव्हा फर्नांडिस गडबडीनं म्हणाला, "डोण्ट वरी मिस्टर रामनाथ! मला सांगा तुमचं काम. मला वाटतं, तुम्ही पैसे न्यायला आला आहात!"

"पैसे?"

"वीस हजार हो! आय ॲम व्हेरी हॅपी! शेवटी तुम्ही समजूतदारपणा दाखवताय म्हणून! मी तुमच्याएवढा होतो ना, तेव्हा खूप हट्टी होतो. आपलं तेच खरं म्हणणारा होतो. समजलं की नाही?"

“तुम्हाला काय वाटतं फर्नांडिस, मी पैसे न्यायला आलोय?”

“मग?” फर्नांडिसनं आश्चर्यानं विचारलं, “अजून रक्त तापलेलं आहे की काय तुमचं? माझं ऐका. आता पात्रांव आपण होऊन देतोय तेवढे घ्या; उद्या तेवढेही मिळणार नाहीत!”

“तुमचा पात्रांव इथं राहतो का बघा! त्याच्याविरुद्ध मी रान उठवणार आहे. त्यांना सळो की पळो करून सोडणार आहे.”

फर्नांडिसनं खांदे उडवले. मिशीतल्या मिशीत हसत त्यानं विचारलं, “म्हणजे एक्झॅक्टली काय करणार तुम्ही मिस्टर रामनाथ शेणय?”

“पणजी-मडगावच्या वर्तमानपत्रांत तुमच्या पात्रांवविरुद्ध लेखमाला छापवून आणीन! गोविंदबाब खरंगट्याच्या खाणीमुळे अनेक वाड्या कशा जमीनदोस्त होत आहेत... दगडांच्या राशीमुळे आणि उडणाऱ्या धुळीमुळे शेतांची, कुळागरांची कशी वाट लागली आहे... शांत, शोभिवंत खेडी खाणमालकांच्या निष्काळजीपणामुळे, स्वार्थी वृत्तीमुळे कशी उद्ध्वस्त होत आहेत—हे जनतेपुढं मांडणार आहे मी! जनतेला न्यायनिवाडा करू दे.”

फर्नांडिस मोठमोठ्यानं हसू लागला. त्याचं बुटकं शरीर गदागदा हलू लागलं. टकलावरची शीर उठून दिसू लागली.

“एवढं हसायला काय झालं तुम्हाला? हसण्यासारखं काय बोललो मी?” रामनाथनं चिडून विचारलं.

फर्नांडिस हसू आवरीत म्हणाला, “अजून तुम्ही अंड्यातून बाहेर पडला नाहीत, रामनाथ शेणाय! खाणमालकाविरुद्ध उभं राह्यचं म्हणजे खडकावर डोकं आपटून घ्यायचं—डोक्याच्या चिंध्या होतील. खडकाचा एक टवका उडायचा नाही—समजलं की नाही?”

रामनाथनं फर्नांडिसकडे रोखून पाहिलं.

हा माणूस बारा गावचं पाणी प्यायलेला, उडत्या पाखरांची पिसं मोजणारा. वृक्षवल्ली सोयरी मानली, त्यांच्या संगतीत लहानाचे मोठे झालो; म्हणून माणसाच्या दुनियेतले तिरकस हिशोब आपल्या लक्षात येत नाही की काय? तो आपल्या हिताचं सांगतोय की खाल्ल्या अन्नाला जागतोय?

पण आता काही केल्या माघार नाही घ्यायची. हाच क्षण मोलाचा आहे—हा क्षण सांभाळायचा. फशी पडता कामा नये. ताठ मानेनं उभं राहिलं पाहिजे!

“माझं ऐका रामनाथ शेणय! वीस हजार मुकाट्यानं खिशात टाका. हवं तर आणखी पाच-सहा हजार मागा. मी पात्रांवकडे रदबदली करीन. दूर कुठं नवं कुळागर विकत घ्या. भातशेतीसाठी नवी जागा पाहा. तुम्ही शेतीमध्ये डिग्री मिळवलीय

ना? नवे-नवे प्रयोग करा. त्यासाठी पात्रांव आणखी पैसे देईल. त्याची मर्जी सांभाळलीत, तर जपानलासुद्धा पाठवील तो! आमचा माल जपानला जातो. तिथं आमची काँट्रॅक्ट्स आहेत. भातशेतीची नवी पद्धत तुम्हाला तिथं जाऊन शिकता येईल. छोट्या-छोट्या जमीन तुकड्यात जास्तीत जास्त धान्य कसं काढायचं याचं ट्रेनिंग तिथं प्रत्यक्ष जाऊन घेता येईल!''

''तुमच्या सल्ल्याबद्दल आभार!''

''तुमच्या बोलण्यातला उपरोध कळतोय मला!'' फर्नांडिस पुढं झुकला. खासगी आवाजात म्हणाला, ''माझं ऐका. माझे केस उगाच पिकले नाहीत. आयुष्यात खूप टक्केटोणपे खाल्लेत मी, खूप अनुभव घेतले! या नवश्रीमंतांच्या वाटेला जाऊ नका. फारसे श्रम न घेता मुबलक पैसा मिळवणारे, दगडातून पैसा काढणारे हे नवश्रीमंत राक्षसाच्या, सैतानाच्या जातकुळीतले. स्वार्थासाठी काहीही करायला मागंपुढं पाहणार नाहीत! गोड हसतील, हसायला म्हणून तोंड उघडतील आणि दोन दाढांमध्ये लवंग चघळावी तसं तुम्हाला रगडतील... चेंदामेंदा करतील! तुमच्या ध्यानातसुद्धा येणार नाही. अनुभवाचे बोल आहते हे सिंयोर! विषारी सर्पाची ही जात फार जवळून पाहिली आहे मी! अनुभवाचे बोल आहेत. समजलं की नाही?''

रामनाथच्या मनात आलं— हा उघड-उघड पात्रांवला शिव्या देतोय, हा बनाव तर नसेल? विरोधकांना निष्क्रिय करायची ही युक्ती—हा माणूस ज्याला राक्षस सैतान म्हणतो, त्याचीच तर नसेल? समोरच्या माणसाला अगतिक करणारं हे गुंगीचं इंजेक्शन...

''काय? मी म्हणतो ते पटतंय ना?'' टायचा सामोसा चाचपीत फर्नांडिसने प्रश्न केला.

रामनाथ ताड्दिशी उभा राहिला. तीव्र स्वरात म्हणाला, ''जगात तुमच्यासारखे हजारो फर्नांडिस आहेत, म्हणून चार-दोन खरंगट्यांचं फावतं! मी हातपाय गाळून बसणार नाही.''

फर्नांडिसनं स्मित केलं, ''ठीक आहे! इट्स युवर फ्युनरल! आगीत बोट घालू नका म्हणून सांगायचं कर्तव्य मी केलं. हात भाजून घेणारच, असा निश्चय करणाऱ्याला कोण अडवणार?''

''तुम्ही पाहतच राहा मिस्टर पर्नांडिस, आगीत कोण जळून जातो ते! समजलं की नाही?''

रामनाथ पणजीच्या 'जनशक्ती' दैनिकाच्या कचेरीत बसला होता.

संपादक अजून आले नव्हते. उजव्या बाजूला संपादकीय खात्यातले दोघे

जण बसले होते. जांभया देत मुंबई-पुण्याची वर्तमानपत्रं चाळत होते, अधूनमधून त्यावर खुणा करत होते. खालच्या पिवळसर कागदावर लिहीत होते.

गेले आठ दिवस रामनाथ स्कूटरवरून भटकत होता. डिचोली, म्हापसा भाग त्यानं पंढरीला बरोबर घेऊन पालथा घातला होता. खेड्यापाड्यांतल्या अनेक तरुण मुलांना तो भेटला. वयोवृद्ध, जाणत्या गावकऱ्यांशी त्यानं चर्चा केली. कुणी त्याचं म्हणणं मान्य करत होते, तर कुणी त्याला मूर्खात काढत होते. कुणी फर्नांडिसप्रमाणं खडकावर डोकं न आपटण्याचा सावध सल्ला देत होते. पंढरी, बाबुशासारखे वीस-पंचवीस तरुण त्याला सर्व प्रकारची मदत करायला तयार होते. त्यांचा आधार घेऊन पुढं कोणती पावलं टाकावीत, हे तो निश्चित करत होता.

संपादक आल्याची वर्दी येताच रामनाथ उठला. केबिनचं दार उघडून आत शिरला.

संपादक तरुण दिसत होते. चाळिशीतले असावेत. अंगानं स्थूल, विरळ केसांचे अन् हसऱ्या चेहऱ्याचे. पाहताक्षणी छाप पडेल अशा व्यक्तिमत्त्वाचे.

त्यांना पाहून रामनाथला बरं वाटलं. आपलं काम होईल, असा त्याला विश्वास वाटू लागला.

"हं! बोला साहेब, काय काम आहे?"

"माझं नाव रामनाथ दामले, राहणार दत्तवाडी, बारदेश तालुका."

"ओहो! तुम्ही का दामले?" संपादकांच्या डोळ्यांत आस्थेचे न् जवळिकीचे संमिश्र भाव उमटले.

"हो! मी तुमच्याकडे एक लेख पाठवला होता— आठवड्यापूर्वी."

"हो तर! जनशक्तीकडे आलेले लेख वाचून पाहण्याची माझी पद्धत आहे!" संपादक हसत म्हणाले. त्यांनी टेबलावरली घंटी वाजवली. आत डोकावलेल्या शिपायला चहा आणायचा आदेश दिला.

"तुमची दत्तवाडी एकदा पाहायचीय मला! डिचोलीपर्यंत येऊन गेलो; त्यापलीकडे जायचा योग आला नाही."

"या ना एकदा—जरूर या." रामनाथ घाईघाईनं म्हणाला. मग त्यानं उतावीळपणानं विचारलं, "तुम्हाला आवडला माझा लेख?"

"छान आहे. तळमळीनं लिहिलेला आहे. भाषा परखड, विषयाला जाऊन भिडणारी आहे."

"आभारी आहे. मग कधी येईल तो लेख जनशक्तीत?"

टेबलावरला पाण्याचा ग्लास रबराच्या चकतीनं झाकलेला होता. संपादकांनी चकती बाजूला करून ग्लास हातात घेतला आणि सावकाशीनं ते एकेक घोट घेऊ

लागले.

ग्लासामधलं पाणी संपायची वाट पाहत रामनाथ जागच्या जागी चुळबुळ करीत राहिला. समोरचा पेपरवेट तो उजव्या हातातून डाव्या हातात व डाव्या हातातून उजव्या हातात खेळवू लागला.

त्याच्या हालचालीकडे पाहत संपादकांनी संथपणे रिकामा ग्लास खाली ठेवला.

"माझा लेख कधी प्रसिद्ध होईल म्हणालात?" रामनाथनं पुन्हा विचारलं.

"मला आवडलेला प्रत्येक लेख मी प्रसिद्ध करतोच, असं नाही. प्रसिद्ध होणारे सगळे लेख मला आवडतातच, असंही नाही!"

"म्हणजे? मला समजला नाही तुमच्या बोलण्याचा अर्थ?"

"चहा घ्या आधी—गार होईल!"

"होऊ दे. मला चहा गारच लागतो."

"हे तुम्ही उगाच सांगता आहात!" संपादक हसत म्हणाले.

"कशावरून?" रामनाथनं किंचित चिडून विचारलं.

"तुमच्या स्वभावात ते बसत नाही! उतावीळ माणसं चहा गार व्हायची वाट पाहत नाहीत!"

"शक्य आहे. मी उतावीळ स्वभावाचा आहे, हे मान्य करतो. म्हणून सरळ विचारतो—तुम्ही माझा दत्तवाडीच्या खाणीवरला लेख प्रसिद्ध करणार की नाही?"

संपादक खाकरले, मग एकेक शब्द संथ गतीनं उच्चारीत म्हणाले, "दामले, गोव्याचा खाणधंदा आता कुठं ऊर्जितावस्थेला येतोय. गोव्यातल्या हजारो लोकांची पोटं त्यावर अवलंबून आहेत. गोव्याचं सारं अर्थकारण त्यात गुंतलेलं आहे. खाणीमुळे प्रचंड परदेशी चलन देशाला मिळतं, ते वेगळंच!"

"हे सगळं मला मान्य आहे. माझ्या पहिल्या परिच्छेदामधली वाक्यंच तुम्ही मला ऐकवता आहात, संपादकसाहेब! पण त्यापुढला भाग अधिक महत्त्वाचा आहे. तात्कालिक फायद्यासाठी खाणीच्या दूरगामी परिणामांकडे दुर्लक्ष करू नका, एवढंच माझं म्हणणं! गोव्याची शेती, कुळागरं नष्ट करून खाणधंदा भरभराटीला येत असेल; तर शेताच्या कडेला उभे असलेले काळ्या खडीचे डोंगर खड्ड्यात लोटून गाडून टाकायला हव्यात साऱ्या खाणी!"

"तुमच्या म्हणण्यात तथ्य नाही, असं नाही. तुमच्या गावची खाण मी पाहिली नाही; पण सावर्डे-सांगेकडल्या पाहिल्या आहेत. सगळ्या खाणींमुळे शेतीचं नुकसान झालंय, असं म्हणणं चुकीचं होईल. पण काही खाणी शेतीच्या मुळावर आल्यात, हे मलाही जाणवलंय."

"तरी तुम्ही माझा लेख प्रसिद्ध करणार नाही म्हणता?—"

"दामले, आमच्या वर्तमानपत्राचे मालक कोण आहेत, ठाऊक आहे तुम्हाला?"

"हो!"

"असं असून तुम्ही हा लेख मी प्रसिद्ध करावा, असा आग्रह धरता?"

"पण माझा लेख खरंगट्याविरुद्ध आहे..."

"दामले, एरवी सगळे खाणमालक एकमेकांना पाण्यात पाहत असतील; पण हितसंबंधांचा प्रश्न आला, की सगळे एकत्र येतात! तुमचा लेख एका खाण-मालकाविरुद्ध नाही—सगळ्या खाणमालकांविरुद्ध, खाणउद्योगाविरुद्ध आहे! मधाच्या मोहोळावर दगड मारून सारं रान उठवणार आहात का तुम्ही?"

"तुम्हाला लेख छापणं अवघड वाटत असेल, तर मी फोंड्याला जातो. तिथल्या वृत्तपत्रात—"

संपादक मोठ्यांदा हसले.

"यात हसण्यासारखं काय आहे?" रामनाथच्या कपाळावर आठ्या उमटल्या.

"फोंड्याच्या वृत्तपत्राचे धनी कोण?"

"मला कल्पना नाही!"

"म्हणून तुम्ही फोंड्याला जायला निघालात! दामले, इथली सगळी वृत्तपत्रं खाणमालकांच्या हातात आहेत. माझ्यासारखे पोटार्थी संपादक आपल्या मालकाविरुद्ध काही छापतील? आपण होऊन आपल्या पायावर दगड मारून घेतील? तुम्ही त्यांच्या जागी असता—तर ज्या फांदीवर बसला आहात, ती फांदी कुऱ्हाडीनं तोडली असती?"

रामनाथ अस्वस्थ झाला. काही न बोलता पेपरवेट दोन्ही हातांत जोरजोरानं खेळवू लागला.

"तुम्ही उत्तर नाही दिलंत?"

"......."

"अन्याय होतोय, हे तुम्हाला पटतंय; पण तुम्ही त्याची दखल घ्यायचं जाणूनबुजून नाकारताय."

"आजूबाजूला होणाऱ्या प्रत्येक अन्यायाची दखल घ्यायची ठरवली असती, तर इतकी वर्षं या जागेवर टिकलोच नसतो!"

"पोटासाठी, दोन घास अन्नासाठी अन्यायाकडे डोळेझाक करायची—ही कसली पत्रकारिता?"

"दामलेसाहेब, मी व्यवहारी माणूस आहे. परिस्थितीचे टक्केटोणपे खाऊन मी शहाणा झालो आहे. आजच्या जगात कुणी बाणेदारपणा दाखवला, कुणी अन्यायाविरुद्ध दंड थोपटून उभा राहिला म्हणजे लोक टाळ्या पिटतात, हारतुरे

घालतात; पण हारातली फुलं सुकून जाण्यापूर्वी त्या बाणेदार माणसाला विसरून जातात! बाणेदारपणाची किंमत द्यावी लागते त्या माणसाला! झालेल्या जखमा बिचाऱ्याला एकट्याला कुरवाळीत बसावं लागतं एखाद्या अंधेऱ्या कोपऱ्यात!''

''म्हणून कुणी अन्यायाविरुद्ध उभं राहायचं नाही?''

''परिणामांची पर्वा न करणाऱ्यानं जरूर उभं राहावं!'' संपादक क्षणभर थांबले. उजव्या हाताची मूठ टेबलावर आपटीत म्हणाले, ''दामलेसाहेब, नोकरीवर लाथ मारून, मुलाबाळांचा भरला संसार उधळून देऊन गोव्यातले कितीतरी लोक मुक्ती आंदोलनात पडले—तुरुंगात गेले! लोकांनी त्या वेळी टाळ्या वाजवल्या, त्यावर कवनं रचली! तुरुंगांतून बाहेर आल्यावर त्यांची कुणी चौकशी तरी केली? अन्नाला मोताद झालेल्या त्या स्वातंत्र्यसैनिकांना किती जणांनी जवळ घेतलं?''

''तुमचं तत्त्वज्ञान अजबच आहे संपादकसाहेब! तुमच्या म्हणण्याप्रमाणं कुणी स्वातंत्र्य चळवळीत पडूच नये, अन्यायाविरुद्ध उभं राहूच नये—''

''तसले धोके पत्करणाऱ्या असामान्य व्यक्तींबद्दल मला आदर आहे. माझ्या अंगात ती धमक नाही, म्हणून तर त्यांच्याबद्दल अधिक आदर आहे! मी माझं आजपर्यंतचं चरित्र सांगत बसत नाही... तुमचा वेळ घेत नाही. एवढंच सांगतो दामलेसाहेब—आजपर्यंत अनेक ठिकाणी फटके खात इथपर्यंत पोचलेला मी एक सामान्य माणूस आहे. बायकोचं, मुलाबाळांचं भलं व्हावं, त्यांना चार घास सुखानं मिळावेत—एवढीच माझी माफक अपेक्षा आहे. तुमचा लेख मी छापला, तर कदाचित मालक मला बाहेरचा रस्ता दाखवतील! क्षमा करा, तो धोका पत्करायला मी तयार नाही!''

''तुम्ही भेकड आहात.''

''त्यापेक्षा कडक शब्द सुचवतो—मी नपुसंक आहे, षंढ आहे. झालं तुमचं समाधान? आता चहा घ्या. गार झाला असेल तो.''

''नको तितका गार झालाय तो. माझा लेख परत करा. तुमच्या फायलीत तो पडून राहिला तर पुढं-मागं तुमच्यावर तोहमत यायची! तेवढा तरी धोका का म्हणून पत्करता?''

खाणीचं काम बंद होतं. त्यामुळे दिवस मावळायची वाट न पाहता दादू भंडाऱ्याच्या ताव्हेर्नावर गिऱ्हाइकांनी तोबा गर्दी केली होती.

नरसूनं बार उघडला, तेव्हापासून दादूच्या ताव्हेर्नाचं रूप पालटलं होतं. वास्तू अंतर्बाह्य झकपक दिसत होती. विजेच्या दिव्यांनी चकचकाट केला होता. त्यात कोरी करकरीत बाकं उजळून निघाली होती. कासट्या लावून येणाऱ्या

गिऱ्हाइकांची पावलं अडखळतील असा थाट!

दोन मुलींवर तिसरी मुलगी झाली, ही बातमी बाबुशाला दुपारीच कळली होती. ते दुःख विसरण्यासाठी तो केव्हाचा आतल्या बाजूला पीत बसला होता. भिकूचं पिणं वाढलं होतं. खिशातले पैसे संपले, म्हणून हातातला ग्लास संपवून तो विठूची वाट पाहत होता. पुतू गावडा तळलेल्या बांगड्याचं वातड डोकं चघळीत एकटाच बसला होता. मधूनमधून फेणीचा थेंब जिभेच्या टोकावर सोडत होता.

लष्करी बूट खाड्खाड् वाजवीत शाणू ताव्हेर्नाच्या पायऱ्या चढून वर आला, तेव्हा मरगळलेल्या वातावरणाला चैतन्य आल्यासारखं झालं. आपापल्या जागी मुकाट पीत बसलेले गडबडीनं उठले आणि त्यांनी शाणूभोवती कोंडाळं केलं.

तेवढ्यात धापा टाकत विठू आला. गर्दीत सामील झाला.

"शाणू, नवी काहीतरी गजाल सांग मिलिट्रीतली!" विठू ओरडला.

"गजालीची बरी चटक लागलीय तुला!" कुणीतरी म्हणालं.

"अरे बाबा, म्हाताऱ्या वयात मनात असतं खूप, पण शरीर नाही साथ देत!" शाणू तत्त्वज्ञान बोलला.

"ते जाऊ दे—शाणू, गोष्ट सांग."

शाणूनं ग्लास पुढ्यात ओढला. "तर काय झालं... एकदा मुंबईत होतो मी, त्या वेळी दोस्ताबरोबर बारमध्ये प्यायलो. चिक्कार प्यालो. रात्री बारा वाजता दोस्ताबरोबर त्याच्या घरी गेलो."

"रात्री बारा वाजता?"

"गप रे, मधे बोलू नकोस. हं, मग?"

"तर, त्यांच्या घराचं दार उघडं! आत गेला—कुणाची जाग नाही. मग निजायच्या खोलीत गेलो. दोस्त म्हणाला, शाणूराव—ही माझी बेडरूम. बिछान्यावर एक बाई झोपली होती. मी विचारलं, ही कोण? तर म्हणाला—ही माझी बायको! तिच्या मिठीत एक दादला चांगला घोरत होता, तोंड उघडून! मी विचारलं—तो कोण? तर म्हणतो कसा—हे काय विचारणं तुझं शाणूराव? बायकोच्या मिठीत आहे ना, तो मी स्वतः!"

मंडळी ऐकत राहिली. गोष्ट संपली, हे त्यांच्या ध्यानात आलं नाही.

"पुढं काय झालं?" कुणीतरी प्रश्न केला.

शाणू हिरमुसला. बार फुकट गेला, हे त्याला उमगलं. "कपाळ झालं माझं! उद्या सांगतो पुढं काय झालं ते! तिथं बिचाऱ्या कान्तुबाबची दशा-दशा झालीय आणि तुम्ही इथं चावट गजाली करताय्!"

"भाटकाराची दशा झाली? म्हणजे काय झालं?" विठूनं विचारलं.

"काय सांगू बाबा? संध्याकाळी दत्ताच्या देवळाकडे गेलो होतो. तिथून मांडाच्या बाजूनं निघालो. कान्तुबाब मांडावर एकटाच बसलेला. धोतर मळलेलं, बोट-बोट दाढी वाढलेली!"

"हल्ली दाढी करतो कुठं तो?"

"कुठं जात नाही कान्तुबाब. एकटाच बसतो. काही विचारलं, तर नुसता तोंडाकडे पाहतो; बोलत नाही."

"हां, परवा रस्त्यानं नाटकातलं गाणं म्हणत चालला होता. मी हटकलं, पण ओळखलं नाही त्यानं मला." बाबुशा म्हणाला.

भिकू म्हणाला, "विठू, तुझा भाटकार कामातून गेला रे, कामातून गेला!"

विठूनं एकाएकी गळा काढला, "माझा भाटकार म्हणजे भांगराचा तुकडा! शंभर नंबरी सोन्याचा तुकडा! शेतावर स्वत: पेज घेऊन यायचा, अडचणीला शंभर मागितले, तर दोनशे द्यायचा! मी—मी दशा केली भाटकाराची!" विठू दोन्ही हातांनी स्वत:च्या थोबाडीत मारून घेऊ लागला.

भिकूनं त्याला अडवलं, "रडू नकोस. त्याचं नशीब वाईट, म्हणून असले दिवस आले! तू काय करणार त्याला? विठू, तू निमित्त रे फक्त—तू निमित्त!"

"मी निमित्त? मी? तुझ्या पोरीनं माझ्या पोराशी बोलणं सोडलं— कोण निमित्त?"

"खरंच कोण निमित्त?" भिकू गडबडला.

मध्येच बाबुशा म्हणाला, "रामनाथबाब भेटला की नाही तुम्हा मंडळींना? माझ्याकडे येऊन गेला."

"माझ्याकडेसुद्धा!" पुतू गावडा बरळला.

"मला काल भेटला होता तळ्याजवळ." विष्णू म्हणाला.

"कशासाठी? काय गडबड चाललीय त्याची?" शाणूच्या डोळ्यांत उत्सुकता दाटली. त्यानं वर उचललेल्या भुवया खाली आल्याच नाहीत. हातातला ग्लास त्यानं खाली ठेवला.

"तुला ठाऊक नाही शाणू? असं कसं होईल? तू तर आंब्याचा टाळा! सर्वांच्या आधी सगळीकडे पोचतोस." भिकूनं टोमणा मारला.

"तू गप रे भिकू! पुतू, रामनाथ कशासाठी आला होता?"

"म्हणत होता, मीनावरचं काम सोडा!"

"आणि काय करा? उपाशी मरा?"

"मी त्याला तेच विचारलं! तर म्हणाला, आपण सगळे गावकरी एकत्र येऊ, शेजारच्या गावातल्या लोकांना एकत्र करू. मीनावर, मिनेराच्या कचेरीवर

मोर्चा नेऊ! काम बंद पाडू!''

"पण कशासाठी?''

"मीनामुळे शेतं ओसाड पडली, कुळागरं वठली... म्हणून!''

"मीन बंद झालं, तर शेतं फुलणार आहेत? कुळागरं फळणार आहेत? गरिबाच्या तोंडचा घास काढून घेणारी बरी आहे ही बामणबुद्धी!'' शाणूनं आवाज चढवला.

"मीन हवं, पण पैशाच्या मस्तीत शेताची काळजी मिनेर घेत नाही, असं म्हणतो रामनाथ. मीन नसलेले दगड आणि काळी-तांबडी माती यांच्या राशीच्या राशी मिनेरानं हव्या तिथं उभ्या केल्या आहेत! शेताच्या बांधाला खावटं पडलीत, ट्रकमधून धुरळा उडतो, त्यानं कुळागराची वाट लागलीय.'' बाबुशा तावातावानं म्हणाला.

"तो म्हणतो, उद्या मीनावर यंत्रं आली, कामं बंद झाली म्हणजे हाय-हाय करून मरावं लागेल गावकऱ्यांना! खायला गवत मिळणार नाही शेतात!'' विष्णू सांगू लागला.

"ते पुढचं पुढं पाहता येईल म्हणावं.'' शाणू आपल्याशीच म्हणाला.

"शाणू, रामनाथनं गावोगाव फिरून तरुण पोरं गोळा केलीत.'' पुतू म्हणाला.

"हूं! म्हणजे हा आता लोकांना चिथावतोय काय?'' शाणूच्या कपाळावर उभी शीर उमटली.

"त्याचं ऐकतोय कोण शाणू?'' विठू ग्लासातला शेवटचा थेंब जिभेनं चाटत म्हणाला.

"खूप लोक ऐकतात; तुझा पोरगा नाही ऐकत?'' बाबुशानं विचारलं.

"कोण? पंढरी? तो या भानगडीत नाही पडणार!''

"विठू, शुद्धीवर आहेस ना? स्कूटरवर मागं कोण असतो रामनाथच्या? तुझा पोरगा!''

"असं?'' विठूनं आवाज चढवला, "एक नंबरचा गाढव आहे तो! डिवचलीला जाऊन चार बुकं शिकला आणि त्याला शिंगं फुटली. मागं मला मीनावरलं काम सोडायला सांगत होता डुक्कर!''

भिकू मान जोरजोरानं हलवीत म्हणाला, "आणि त्या डुकराला मी माझी पोरगी देऊ काय?''

"नको देऊस भिकू!'' विठू जागच्या जागी झुलू लागला. "बिलकुल नको देऊस! तुझी सोन्यासारखी पोरगी—''

तेवढ्यात "काय शाणूशेट—काय खबर?'' असं विचारीत गरगरीत पोटाच्या मुकादमानं शाणूच्या पाठीवर थाप मारली.

"कोण — मुकादम का?" शाणूनं त्याच्याकडे पाहिले, "तुझ्या कानावर आली की नाही खबर?"

"कसली रे?"

"तो रामनाथ—स्कूटरचे टायर झिजवून त्यानं रान उठवलंय म्हणे! मोर्चा की माती-मसण—"

"हां, ते होय? पुढल्या बुधवारी मोर्चा येणार म्हणे! फर्नांडिस सांगत होता मला. त्या दिवशी काम बंद ठेवावं का, विचारीत होता."

मुकादमानं माथ्यावरली गोल काळी टोपी काढली. खराखरा डोकं खाजवलं.

"छ्या! काम बंद कशाला? त्याला घाबरायचं कशाला? मिनेरानं एक फुंकर मारली की हेलपाटत जाईल कुठल्या कुठं!"

"कुणास ठाऊक काय होणार ते! उगाच मारामारी, दगडफेक व्हायची— टाळकी फुटायची! शिवाय मिनेराची बदनामी! बाकीचे मिनेर टपलेच आहेत आपल्या पात्रांवची फजिती पाहायला!" मुकादम उद्गारला.

"काही होणार नाही." विष्णू म्हणाला.

"मिनेराची झोप उडवणार तो—पाहत राहा!" बाबुशा ठासून म्हणाला.

"असं म्हणतोस?" शाणू विचारात पडला.

बराच वेळ कुणी काही बोललं नाही.

मुकादम शाणूच्या कानाजवळ तोंड आणून म्हणाला, "तुला कसली चिंता शाणूशेट? चल, उगाच तोंड वाकडं नको करूस! इथं काय बसतोस फेणी पीत? नरसूच्या बारकडे जाऊ. व्हिस्की घेऊ फस्सक्लास!" तो हलक्या आवाजात पुढं म्हणाला, "नरसूची पोरगी काय मस्त दिसते शाणूशेट आजकाल—"

पण मुकादमाच्या बोलण्याकडे शाणूचं लक्ष नव्हतं. तो आपल्या विचारात पार गढून गेला होता.

मागल्या दारात उकिडवी बसून मोगाबाय कुरल्या साफ करत होती. कुरल्यांचे लाल डेंगे उपटून काढताना, त्यांच्या पाठीवरली टरफलं बाजूला करताना अधूनमधून मांजराला हाकलीत होती. आज बऱ्याच दिवसांनी लालभडक लाखेच्या कुरल्या मिळाल्या होत्या.

तेवढ्यात बकुळा आली. तिच्या अंगावरला सेंटचा सुगंध चहूबाजूला दरवळला.

"आवयूस! आज कुरल्याचं तोणाक? मज्जा! चांगलं झणझणीत कर हं! जीभ भाजून निघाली पाहिजे!"

मोगाबाय काही बोलली नाही. हात धुऊन ती पाट्यावर बसली. मसाल्याचं

वाटण करू लागली.

बकुळेनं कमरेभोवतीचा टुवाल खुंटीवर ठेवला. अंगावरलं पोलकं काढून टाकलं. बाजारातून विकत आणलेल्या घट्ट चोळीत तटतटणारी वक्षस्थळं दोन्ही हातांनी चाचपत ती फतकल मारून दारातच बसली.

"का गं आई—बोलत नाहीस?"

डाव्या दंडानं कानशिलावरला घाम पुशीत मोगाबाय उद्गारली, "काय बोलायचं तुझ्याशी, बकुळे? काही विचारलं, तर खरं सांगशील असा भरवसा राहिलेला नाही!"

"म्हणजे काय? काय खोटं सांगितलं मी तुला?"

वाटणं थांबवून मोगाबायनं तिच्या दृष्टीत दृष्टी मिळवली.

"बकुळा, कस्तुरीची आई भेटली होती आज दुपारी!"

बकुळा चपापल्यासारखी झाली. पण तसं न दाखवता तिनं विचारलं, "मग?"

"शनिवारी कामावर जाताना तू काय सांगितलंस मला?"

"काय सांगितलं?"

"कस्तुरीच्या घरासमोर कोकणी तियात्र होणार आहे म्हणून."

"मग? तियात्र होतं त्या रात्री!"

"तियात्र होतं गं, पण ते पाहायला तू नव्हतीस तिथं! मला म्हणालीस, रात्री तियात्र बघून तिथंच झोपते आणि रविवारी सकाळी येते!"

"मग? रविवार सकाळी नाही आले?"

मोगाबायचा संताप अनावर झाला.

"वर तोंड करून बोलायला शरम नाही वाटत? बकुळा, शनिवारी रात्री कुठं गेली होतीस? कुणाकडे मुक्कामाला होतीस?"

"होते कुठं तरी!" बकुळा तिरसटपणे म्हणाली, "तुला का पंचाईत?"

"वाढलेल्या आकवार मुलीची पंचाईत आईनं नाही करायची, तर मग काय रस्त्यावरल्या मुसलमानानं करायची?"

"आईऽऽ!" बकुळा ओरडली.

"उगाच किंचाळू नकोस! तू त्या मैराबरोबर असतेस रोज, हे मीनावरल्या प्रत्येक कामेरीला ठाऊक आहे. कस्तुरीची आई म्हणाली, बकुळा ना? आमच्याकडे कशाला येईल? तिच्या सायबाची ती लाडकी! गेली असेल सायबाबरोबर मजा मारायला!"

"गेले होते! मग काय म्हणणं आहे तिचं?" बकुळेनं काळ-वेळ पाहून

पवित्रा बदलला. "ती कस्तुरी जळते माझ्यावर! ती बिचारी उन्हात राबते—मी हापिसात काम करते ना सावलीत; शिवाय तिच्यापेक्षा जादा पैसा मिळवते! कस्तुरीच काय, सगळ्या जळतात!"

मोगाबाय वाटण ताटलीत गोळा करता-करता म्हणाली—"एका मैराकडे तू रात्रभर होतीस, बकुळे? अगं, अशी अवदसा का आठवली तुला? पंढरीसारखा सोन्याचा तुकडा—"

"सोन्याचा तुकडा? हुडुत्!" बकुळेनं नाक उडवलं.

"अगं, डिवचलीला काजू कारखान्यात म्यानेजर की काय आहे म्हणे तो!"

"तसल्या म्यानेजरला कोण कुत्रा विचारतो?"

मोगाबाय चिडून म्हणाली, "तो मैर अत्तरं देतो, म्हणून त्याच्यावर एवढी भाळलीस? कधीपासून पाहते आहे मी—तू अंगणापर्यंत आलीस तरी कळतं मला! आधी वास येतो—मग तू येतेस! पोरी, तुझं हे काय चाललंय ना, त्यामुळं तुझं भलं होणार नाही! काही वाकडं-तिकडं घडलं, तर कपाळ आपटून घ्यायची पाळी!"

"पुरे गं! आल्या-आल्या तोंड वाजवतेस! पडू दे मला जरा धा-वीस मिण्टं!"

बकुळा ताड्दिशी उठली. सतरंजी जमिनीवर पसरून तीवर तिनं अंग लोटून दिलं. कपाळावर आडवा हात ठेवून तिने डोळे मिटले.

खाणीतले लोखंडाचे अवजड दगड वाहून नेणारी बार्ज संथपणे पुढं सरकत होती. बाहेरच्या बाजूला दगडाच्या ढिगावर पसरलेले चार मजूर आणि बार्जच्या एका टोकाला असलेल्या खोलीत बकुळा आणि इब्राहिम.

खोली सुरेख सजवलेली. भिंतीवर नट्यांची आणि जपानी मुलींची चित्रं. एक बाक आणि भिंतीला टेकवलेला एका माणसाला झोपता येईल असा अरुंद पलंग.

मागं एकदा इब्राहिमबरोबर बकुळा बार्जच्या त्या खोलीत उतरली होती. ओबडधोबड दगडांनी खचाखच असलेल्या बार्जच्या पोटात एवढी सुबक खोली असेल, याची तिला कल्पना नव्हती.

"आवय्स किती छान!" ती भान न राहून ओरडली.

"खोली आवडली तुला?" इब्राहिमनं विचारलं.

"फार! बहोत अच्छा!" तिनं इब्राहिमची नक्कल केली. "इथं बसून प्रवास करायला काय मजा येईल!"

"पुढल्या शनिवारी येशील?"

"कुठं?"

"आपल्या प्लॉटपासून मुरगाव बंदरापर्यंत!"

"किती वेळ लागेल?"

"जादा नाही—सकाळी बार्ज माल घेऊन प्लॉटवरून निघेल, दुसऱ्या दिवशी सकाळी रिकामा परत येईल!"

"म्हणजे रात्री मुक्काम?"

"उसमे क्या हुआ?" इब्राहिमनं हसत तिच्या नाकाचा शेंडा चिमटीत पकडला, "मला घाबरतेस की काय?"

"घाबरेन का म्हणून? तू काय मला खाणार आहेस?" तिनं डोळ्यांतली बुबळं गरागरा फिरवली.

"अच्छा, तो ये बात पक्की!"

"पक्की नाही, मी शुक्रवारी सांगेन."

"नाही आलीस तर सायबाचं ऐकत नाही म्हणून नोकरीवरून काढून टाकीन! क्यूँ बकुला—ठीक है ना?"

बार्जमधल्या त्या नटरंगी खोलीत साजरी झालेली शनिवारची रात्र, इब्राहिमची गोरीपान छाती, त्यावरले दाट कुरळे केस, त्याचे धीट—निर्दय स्पर्श...

त्या अरुंद पलंगावर एकमेकांना घट्ट बिलगून ती पडली असताना मध्येच इब्राहिम म्हणाला होता, "बकुला—नंदिनी को जानती हो?"

"नंदिनी म्हणजे नरसूची पोरगी?"

"हाँ! तिला परवा पाहिली. तशी बारमध्ये लांबून पाहिली होती, पण त्या दिवशी जवळून पाहिली! कसम खुदाकी, काय बेहतरीन लडकी आहे. उफ्! अपनी तो जान निकल गयी!"

बकुळा ताड्दिशी उठली होती आणि अंगावरली वस्त्रं सावरत बाहेर आली होती. बार्जच्या कडेला उभी राहून ती संतापानं थरथरू लागली होती.

इब्राहिम तिच्या मागोमाग बाहेर आला होता.

"क्या हुआ बकुला? इतना गुस्सा क्यूँ?"

बकुळा चिडून म्हणाली होती, "आता तू पुन्हा तिचं नाव तर काढ—पाण्यात उडी घेईन!"

इब्राहिमनं हसत म्हटलं होतं, "ओहो! इतनी जलन? बकुला, तुझी मी परीक्षा घेतली! तुझ्यापुढं जगातल्या सगळ्या पोरी म्हणजे बार्जपुढं कमजोर तराफे! तू म्हणजे हिऱ्याची खाण, बाकीच्या पोरी म्हणजे लोखंडाच्या खाणी! सच है ना?"

तरी बकुळा काही बोलेना. फुरंगटून बसली. तेव्हा पुढं होऊन त्यानं तिला दोन्ही हातांवर उचलून घेतली होती...

उजाडेपर्यंत इब्राहिमचा चाललेला धसमुसळेपणा...

पडल्या-पडल्या बकुळेला सारं आठवलं आणि नकळत तिच्या अंगावर सर्रदिशी काटा आला.

बाहेर कसली तरी गडबड सुरू होती. दोन-चार पुरुष माणसं घाईघाईनं बोलत होती.

बकुळा उठली. तिनं दोरीवरची साडी अंगावर ओढली.

भिकू 'मोगाऽऽ बकुळाऽऽ' अशा हाका देत दोघींना शोधत आत आला. कुठून तरी तो धावत आलेला दिसत होता. धापा टाकत त्यानं सांगितलं,

"आम्ही जरा पणजीला जाऊन येतो."

"शेवटची कारेंर मिळते का पाहू! नाही तर पणजीकडे जाणाऱ्या ट्रकला हात करायचा. मी, विठू, बाबुशा, पुतू चौघे-पाच जण निघालोय."

"पण झालं काय?" मोगाबायनं प्रश्न केला.

"रामनाथबाबला ॲक्सिडेंट झाला."

"देवा माज्या! तो कसा? कुठं?"

"स्कूटरवरून येत होता पणजीहून—अस्नोड्यापुढं एका गाडीनं ठोकर दिली. स्कूटर मोडली."

"रामनाथबाबला काही झालं नाही ना?"

"त्याला पणजीला हॉस्पिटलमध्ये ठेवलंय. कमरेला खूप मार बसलाय म्हणे! शाणू म्हणतोय, पूर्वीसारखं त्याला चालता येईल की नाही, कोण जाणे!"

"पाप गं त्या म्हाबळूभटाचं आणि त्याच्या सुनेचं! कुणाची दृष्ट लागली गं बाई त्यांच्या संसाराला! केवढा आकांत येईल त्याच्यावर!"

भिकू घाईघाईत निघून गेला. नवरा गेला तरी मोगाबाय आपल्याशी बडबडत होती. रामनाथच्या स्कूटरला धक्का देणाऱ्या गाडीवाल्याचा उद्धार करत होती. त्याचं कध्धी कध्धी बरं होणार नाही, त्याचं निःसंतान होईल... असे शिव्याशाप देत होती.

आई-बापाच्या बोलण्याकडे बकुळेचं लक्ष नव्हतं. गुंगीचं औषध घेतल्यावर वाटावं तसं तिला वाटत होतं. आजूबाजूला काय चाललं आहे, हे तिला नीटसं उमगत नव्हतं.

बकुळा नेहमीप्रमाणे उशिरा घराबाहेर पडली आणि ठरलेल्या जागी इब्राहिमची वाट पाहत उभी राहिली.

आज तिनं हातात कोपरापर्यंत हिरवा चुडा घातला होता. इब्राहिमबरोबर ती

मागं कधी अडवाल पालच्या जत्रेला गेली होती, तेव्हा तिनं तो घ्यायला लावला होता. शनिवारी रात्री बार्जवर इब्राहिमच्या धसमुसळेपणामुळे दोन काकणं वाढवली होती. पण इब्राहिमनं दुसऱ्या दिवशी ऑफिसात येताना दोन चांदीच्या बांगड्या आणल्या होत्या व स्वत: त्या तिच्या हातात घालून वाढवलेल्या काकणांची भरपाई केली होती.

तिनं डोळे मोठ्ठे करून विचारलं होतं. "हे काय— चांदीच्या बांगड्या?"

"शादीच्या वेळी सोन्याच्या बांगड्या! ठीक है ना?"

आज तिनं तो हिरवा चुडा घातला होता आणि शिवाय चांदीच्या बांगड्या.

तासभर ती ताटकळत उभी राहिली. ऊन वर चढू लागलं तरी ती ओळखीची जीप दिसेना.

आता तर फारच उशीर झाला होता. यापुढं चालत जाऊन कामावर हजर होणं शक्यच नव्हतं. शिवाय इब्राहिम का आला नाही, ही काळजी होतीच. तो आजारी तर नाही?

चालत जायचं बकुळेच्या जिवावर आल. पाय ओढीत नाखुशीनं ती निघाली.

उन्हाचा ताप असह्य वाटत होता. होमखणातल्या निखाऱ्यांची रास जणू कुणी तिच्या अंगावर ओतत होतं. घामानं अंग थबथबत होतं. वाट सरता सरत नव्हती.

मीनपाशी ती आली. लांबूनच तिनं इब्राहिमच्या ऑफिसकडे नजर टाकली. दाराला कुलूप होतं. शेवाळी रंगाची जीप जवळ कुठं दिसत नव्हती.

ती थांबलीच नाही. उजव्या बाजूला वळून पाऊलवाटेनं ती इब्राहिमच्या घराकडे आली.

अंगणात इब्राहिमची जीप दिसत नव्हती. मात्र धुळीनं माखलेली दुसरी एक जीप उभी होती. घराचं दार उघडं होतं. आतून हसण्या-खिदळण्याचा आवाज बाहेर फुटत होता.

बकुळा दबकत पुढं झाली.

उघड्या दारातून तिनं वाकून आत पाहिलं. उन्हातून आल्यामुळे आतला भाग स्पष्ट दिसत नव्हता. सारं कसं धुरकट, अंधारलेलं.

"कौन है बे?" चट्ट्यापट्ट्याची लुंगी लावून दाराकडे तोंड करून बसलेल्या दाढीवाल्या तरुणानं विचारलं.

"मी, मी बकुळा!"

"बकुळा? ये किस चीजका नाम है?"

"इब्राहिमसाब आहे?" हे विचारताना तिला खोलीचा अंतर्भाग स्पष्ट दिसू

लागला. दाढीवाल्याशिवाय आणखी तीन माणसं दारू पीत, पत्ते खेळत बसलेली तिला दिसली. चौघांनी दाराकडे वळून पाहिलं. सर्वांचे डोळे तांबारलेले होते. दोघांचा पत्ते टाकताना तोल जात होता.

बकुळा चरकली. पट्‌दिशी मागच्या मागं पळून जावं, असं वाटलं.

तेवढ्यात दाढीवाला म्हणाला, "अच्छा, तो तू है इब्राहिमकी लौंडी! बघा रे मित्रांनो, आमच्या पार्टनरवर जान कुर्बान करणारी छम्मक छल्लो! दिलरुबा दिल्लीवाली!"

बकुळेला नीटसं काही समजलं नाही, ती एवढंच म्हणाली, "मी जाते— साहेबाला सांगा, बकुळा येऊन गेली!"

"इब्राहिम आहे कुठं इथं?"

"आज—उद्या येईल की!"

"छ्या! तो पळून गेला—कायमचा पळून गेला! भाग गया साला बंबई को!"

"पळून?"

"तर काय! त्या बम्मनच्या स्कूटरला ठोकर दिली ना त्याच्या जीपनं!"

बकुळा चमकली. काल संध्याकाळचा गोंधळ तिच्या कानावर आला होता. रामनाथबाबची स्कूटर कुणीतरी उडवली होती. रात्रभर आई जागी होती, स्कूटरला ठोकर देणाऱ्याला तळतळून शिव्या देत होती... ती स्कूटर इब्राहिमनं उडवली?

ती नकळत पुटपुटली, "नाही—नाही, तसं होणार नाही! इब्राहिम जीप छान चालवतो. तो नाही ठोकर देणार!"

"हां-हां, मोठी आलीय इब्राहिमची बाजू घेणारी! बकुलाबाय, तुझा लाडका इब्राहिम तरी काय करणार! मालकानं दिले असतील चाळीस-पन्नास हजार स्कूटर उडवायला! तो बम्मन मालकाला खामखां सतावत होता म्हणे! उद्या मोर्चाबिर्चा आणणार होता म्हणे! मेला का तो बम्मन, की अजून जिवंत आहे?"

"नाहीऽऽ नाहीऽऽ" बकुळेनं जोरजोरानं मान हलवली, "इब्राहिमसाहेब तसं करणार नाही, तो तसा नाही—"

"तुझे क्या मालूम? इब्राहिम शादीशुदा है — बालबच्चेवाला है! एवढे पैसे कोण सोडणार?"

बकुळेच्या डोळ्यांसमोर अंधेरी आली. "काय त्याची शादी झालीय? त्याला बच्चे आहेत? नाहीऽऽ नाहीऽऽ! तुम्ही खोटं सांगता! तुम्ही माझी मस्करी करता!"

"मस्करी इब्राहिमनं केली तुझी! बडा चालू, बडा चालाक आदमी था वो इब्राहिम!"

चौघेही मोठमोठ्यानं हसू लागले. एकानं ग्लास पुढे केला. "ले छोकरी— एक ग्लास घे! नशेमे आदमी सब भूल जाता है! तेरा यार गया तुझे छोडके— बस्स भूल जाव उसे!"

दाढीवाला म्हणाला, "बकुलाबाय, त्याचा बंबईचा पत्ता देऊ? तिथं जायचं असेल तर जा; त्याला भेट. नागपाड्याला राहतो. त्याच्या बीबीला भेट, दोन बच्च्यांना भेट. मनात आलं तर दुसरी शादी करील तुझ्याशी! तुला दुसरी खोली घेऊन देईल!"

कुणी तरी चेकाळून ओरडला, "इब्राहिम गया जहन्नममे! तुला शादी करायची ना? मी तयार आहे! बोल कधी करू या शादी? आज रात्री? अभी?"

बकुळा ओठ दाताखाली दाबून धरून धावत सुटली. एकदासुद्धा तिनं मागं वळून पाहिलं नाही.

पाऊलवाट संपून हमरस्ता सुरू झाला, तेव्हा तिच्या जिवात जीव आला.

तिनं मागं वळून पाहिलं. आपला कुणी पाठलाग करीत नाही, हे लक्षात येताच तिला हायसं वाटलं.

मग एकाएकी तिला जाणीव झाली— इब्राहिमनं आपल्याला फसवलं. गोड-गोड बोलून आपलं सर्वस्व लुबाडलं. आपल्या कोवळ्या शरीराचं खेळणं केलं आणि पैशाच्या लोभानं रामनाथसारख्या देवमाणसावर जीप घालून तो आपल्या बायको-मुलांकडे पळून गेला... कायमचा...

तिला स्वत:चीच दया आली. सारं शरीर पिळवटून टाकणारा हुंदका तिच्या घशापाशी दाटून आला. ओठ घट्ट दाबून ती ढकलल्यासारखी चालत राहिली.

तिचं लक्ष उजव्या बाजूकडे गेलं.

खाणीचा लालभडक जबडा उन्हाच्या काहिलीत अधिकच रुंद असल्यासारखा भासत होता. खाली ट्रक्स, डंपर्स, बुलडोझर्स यांची धावपळ नेहमीप्रमाणं सुरू होती. ठिपक्यासारखी दिसणारी माणसं हालचाल न करता जणू निपचित पडल्यासारखी वाटत होती.

बकुळानं हातातल्या चांदीच्या बांगड्या, हिरवा चुडा काढला. कमरेभोवतीचा टुवाल काढून त्याची चुंबळ केली. तीत बांगड्या गुंडाळल्या आणि सर्वशक्तिनिशी तिनं ते पुडकं खाली भिरकावून दिलं.

ती लालभडक खाण आपला अक्राळविक्राळ जबडा पसरून सगळं काही गिळून टाकते की काय, याची ती धडधडत्या छातीनं वाट पाहू लागली.

◆◆◆